KINH THÁNH VỀ MÓN SALAD QUINOA

AF742308

100 BÁT DINH DƯỠNG GIÚP GIẢM CÂN, TĂNG NĂNG LƯỢNG VÀ SỨC KHỎE

Bình Ngọc

Tuyên bố miễn trừ trách nhiệm

Thông tin trong sách điện tử này có mục đích đóng vai trò là bộ sưu tập toàn diện các chiến lược mà tác giả của sách điện tử này đã nghiên cứu. Tóm tắt, chiến lược, mẹo và thủ thuật chỉ là những khuyến nghị của tác giả và việc đọc sách điện tử này không đảm bảo rằng kết quả của bạn sẽ phản ánh chính xác kết quả của tác giả. Tác giả của eBook đã nỗ lực hết sức để cung cấp thông tin mới nhất và chính xác cho độc giả của eBook. Tác giả và các cộng sự sẽ không chịu trách nhiệm về bất kỳ lỗi hoặc thiếu sót vô ý nào có thể được tìm thấy. Nội dung trong sách điện tử có thể bao gồm thông tin từ bên thứ ba. Tài liệu của bên thứ ba bao gồm ý kiến do chủ sở hữu bày tỏ. Do đó, tác giả của eBook không chịu trách nhiệm đối với bất kỳ tài liệu hoặc ý kiến của bên thứ ba nào. Có thể là do sự phát triển của Internet hoặc những thay đổi không lường trước trong chính sách của công ty và hướng dẫn gửi bài biên tập, những gì được nêu là sự thật tại thời điểm viết bài này có thể trở nên lỗi thời hoặc không còn áp dụng được sau này.

MỤC LỤC

MỤC LỤC....................3

GIỚI THIỆU....................7

SALAD HẠT DẦU....................10

1. BÁT RAU VÀ HẠT DIÊM MẠCH....................11
2. SALAD QUINOA , TÁO VÀ NHO KHÔ....................14
3. SALAD QUINOA PHÔ MAI....................17
4. CÁ HỒI VÀ BỮA SÁNG QUINOA....................19
5. SALAD BÍ NGÒI, RAU MẦM VÀ HẠT DIÊM MẠCH....................21
6. SALAD QUINOA MICROGREEN....................24
7. SALAD RAU ARUGULA QUINOA....................27
8. SALAD FUSILLI QUINOA VÀ CÀ CHUA....................29
9. SALAD QUINOA CHÂU Á....................32
10. SALAD QUINOA QUẢ MỌNG....................35
11. BÁT PHẬT ĐẬU GÀ QUINOA....................38
12. QUINOA RANG VỚI RAU....................41
13. TÔ GUACAMOLE VÀ ĐẬU ĐEN....................43
14. BÁT PHẬT ĐẬU GÀ QUINOA....................46
15. SALAD QUINOA THÁI....................49
16. HẠT DIÊM MẠCH NGHỆ TÂY VÀ SALAD CỦ CẢI ĐƯỜNG....................52
17. ĐẬU ĐEN VÀ SALAD QUINOA....................55
18. SALAD QUINOA CAM QUÝT....................58
19. CÂY RAU DỀN VÀ SALAD HẠT DIÊM MẠCH....................61
20. CÀ TÍM VỚI HẠT DIÊM MẠCH....................63
21. SALAD MÙA HÈ QUINOA....................66
22. QUINOA VỚI TEMPEH....................68
23. SALAD QUINOA TABBOULEH....................70
24. SALAD HẠT DIÊM MẠCH....................72
25. CÂY THÌ LÀ HẠT DIÊM MẠCH XA LÁT....................75
26. SALAD QUINOA RIO GRANDE....................78
27. SALAD QUINOA TRÁI CÂY....................81

28. Salad quinoa thảo mộc....83
29. Salad Jicama-quinoa....86
30. Salad trái cây quinoa bạc hà....88
31. Salad bạc hà cam và hạt diêm mạch....90
32. Salad quinoa và tôm....92
33. Quinoa trong nước sốt salsa....94
34. Salad lễ hội Quinoa....96
35. Salad quýt Quinoa....99
36. Hỗn hợp ô liu Quinoa....102
37. Hành tây nhồi hạt diêm mạch....104
38. Cà chua nhồi hạt diêm mạch....107
39. Salad Quinoa Quả mọng....109
40. Bát ăn nhẹ đậu đen và hạt diêm mạch....112
41. Quinoa mùa thu và đậu bơ....114
42. Bí ngô mini nướng....116
43. Quinoa cơ bản....119
44. Quinoa bốn mươi carat....121
45. Ớt đậu đen và hạt diêm mạch....123
46. Gà với lúa mạch và hạt diêm mạch....126
47. Thịt gà, hạt diêm mạch và món hầm ngô....128
48. Nghêu với hạt diêm mạch....130
49. Mùa xuân hạt diêm mạch kem....133
50. Quinoa theo phong cách Creole....135
51. Nước sốt quinoa bẩn....138
52. Cơm thập cẩm Quinoa của Vườn Địa Đàng....141
53. Chorizo nướng trên hạt diêm mạch....143
54. Thu hoạch rau và hạt diêm mạch....146
55. Thịt cừu hầm hạt diêm mạch....149
56. Quinoa chanh thảo mộc....152
57. Cơm thập cẩm quinoa nấu bằng lò vi sóng....155
58. Quinoa kiểu Ma-rốc....157
59. Cơm thập cẩm nấm và đậu....160
60. Quinoa bẩn....163
61. Pintos và quinoa Mexicana....166
62. Poblanos với nhân quinoa....168
63. Thịt bò Quinoa....171

64. Nhân hạt diêm mạch và trái cây 173
65. Sốt Quinoa và hạt 176
66. món hầm hạt diêm mạch 178
67. Trứng cá muối Quinoa 180
68. Mì ngô quinoa 183
69. Ngô Quinoa Veracruz 185
70. Quinoa Jambalaya 188
71. Món hầm quinoa tỏi tây 191
72. Bữa tối với chảo Quinoa 193
73. Ớt nhồi Quinoa 195
74. Quinoa cải xanh rabe 197
75. Quinoa với đậu xanh 199
76. Quinoa với nho đen 201
77. Quinoa với nước sốt nấm hương 203
78. Quinoa với cà chua 205
79. Hạt diêm mạch bí nhồi 208
80. Hạt diêm mạch Và món đậu phụ hầm 211
81. Salad hạt diêm mạch 214
82. Quinoa đỏ thẫm 216
83. Timbales quinoa tẩm gia vị 219
84. Măng tây với hạt diêm mạch 221
85. Cơm thập cẩm Quinoa với ngô 223
86. Quinoa xào với cam 225
87. Bánh tortilla rau củ và hạt diêm mạch 228
88. Quinoa và bí kuri 231
89. Hạt diêm mạch hương thảo óc chó 234
90. Cơm gạo lứt với hạt diêm mạch 237
91. Quinoa tabbouleh 239
92. Salad Quinoa giòn và thảo mộc 241
93. Ớt với Quinoa 244
94. Bát ăn sáng Quinoa dừa 248
95. Bát Quinoa đậu gà Za'atar 251
96. Bát đậu và nấm tẩm gia vị 254
97. Bát khoai lang Chipotle 257
98. Bát hạnh nhân-quinoa và cá hồi 260
99. Bát cá hồi siêu thực phẩm 263

100. BÁT GÀ CÀ RI XANH VÀ HẠT DIÊM MẠCH......266
PHẦN KẾT LUẬN......269

GIỚI THIỆU

Quinoa là gì?

Quinoa là loại hạt không chứa gluten, có thể thay thế tuyệt vời cho gạo và các loại ngũ cốc khác. Ngày nay, quinoa vẫn là chủ đề được mọi người nhắc đến nhiều nhất. Bất cứ nơi nào chúng ta đến cũng có món salad quinoa, cơm chiên quinoa và bây giờ thậm chí còn có cả sữa lắc protein quinoa. Được hình thành ở Nam Mỹ từ hàng ngàn năm trước và được người Inca gọi là "hạt mẹ", ngày nay quinoa vẫn được coi là một siêu thực phẩm.

Nhưng từ khi nào và tại sao hạt diêm mạch lại trở nên phổ biến như vậy? Điều gì khiến cho sản phẩm thay thế gạo này trở nên vô giá trong thế giới dinh dưỡng mặc dù đã nhiều năm trôi qua?

Nhìn chung, hạt diêm mạch có giá trị dinh dưỡng đáng kinh ngạc. Theo Mayo Clinic, so với ngũ cốc tinh chế, ngũ cốc nguyên hạt như hạt diêm mạch được coi là nguồn cung cấp chất xơ, protein, vitamin B và sắt tốt hơn. Nhưng ngoài những chất dinh dưỡng quan trọng này, một trong những giá trị dinh dưỡng tuyệt vời nhất mà hạt quinoa có thể mang lại chính là hàm lượng protein. Theo Hội đồng dinh dưỡng ngũ cốc và đậu, vì protein chiếm 15 phần trăm trong hạt nên quinoa là loại ngũ cốc giàu protein, ít chất béo.

Ngoài ra, sản phẩm này còn không chứa gluten, giàu chất xơ và cung cấp nhiều loại vitamin và khoáng chất quan trọng, bao gồm vitamin B và magie. Vì rất giàu chất dinh dưỡng nên quinoa là lựa chọn tuyệt vời cho những người ăn kiêng không chứa gluten hoặc bất kỳ chế độ ăn uống lành mạnh nào.

Sự khác biệt giữa hạt Quinoa trắng, đỏ và đen?

Đầu tiên, cả ba loại đều như nhau về mặt sức khỏe và dinh dưỡng. Mỗi loại đều không chứa gluten, là nguồn protein hoàn chỉnh và có hàm lượng chất xơ và sắt dồi dào. Có một vài điểm khác biệt tinh tế giữa chúng: thời gian nấu, độ dai và hương vị.

Trong ba loại, hạt diêm mạch trắng có hương vị nhẹ nhất và thường mất khoảng 15 phút để nấu. Quinoa đỏ cần nấu thêm vài phút trên bếp, có hương vị bùi hơn và dai hơn một chút, trong khi quinoa đen có nhiều bùi hơn trong ba loại, có hương vị và kết cấu đặc trưng nhất và cần thêm 5 phút nấu.

Tất cả đều có thể sử dụng thay thế cho nhau, vì vậy lựa chọn của bạn phụ thuộc vào sở thích cá nhân.

SALAD HẠT DẦU

1. Bát rau và hạt diêm mạch

Rau:

- 4 củ cà rốt cỡ vừa.
- 1 1/2 cốc khoai tây vàng baby cắt thành 4 phần.
- 2 thìa siro cây phong.
- 2 thìa canh dầu ô liu.
- Mỗi loại 1 nhúm muối biển + hạt tiêu đen.
- 1 thìa canh hương thảo tươi thái lát.
- 2 cốc cải Brussels cắt đôi.

Hạt diêm mạch:

- 1 cốc hạt diêm mạch trắng rửa sạch + để ráo nước.
- 1 3/4 cốc nước.
- 1 nhúm muối biển.

Nước xốt:

- 1/2 cốc tahini.
- 1 quả chanh vừa, vắt lấy nước (thu được - 3 thìa canh hoặc 45 ml).
- 2-3 thìa xi-rô cây phong.

Để phục vụ tùy chọn:

- Các loại thảo mộc tươi (rau mùi tây, húng tây, v.v.).
- Hạt lựu.

Hướng dẫn

a) Làm nóng lò ở nhiệt độ 400 độ F (204° C) và lót giấy dầu vào khay nướng.

b) Cho cà rốt và khoai tây vào khay và rưới một nửa xi-rô cây phong, một nửa dầu ô liu, muối, hạt tiêu và hương thảo lên trên. Ném để tích hợp. Sau đó nướng trong 12 phút.

c) Trong khi đó, đun nóng chảo ở mức lửa vừa cao. Khi đã nóng, cho hạt diêm mạch đã rửa sạch vào xào nhẹ trước khi thêm nước để làm bay hơi phần nước còn sót lại và làm nổi bật hương vị béo ngậy.

d) Nấu trong 2-3 phút, khuấy đều. Thêm nước và một chút muối. Cuối cùng, chuẩn bị nước sốt .

e) Khi dùng, chia hạt diêm mạch và rau vào bát đựng rồi rưới một ít sốt tahini lên trên. Trang trí bằng các lựa chọn như hạt lựu hoặc các loại thảo mộc tươi.

2. Salad Quinoa , Táo và Nho khô

Năng suất: 4 phần ăn

Thành phần:

- 1 cốc hạt diêm mạch
- 1/4 cốc hạnh nhân thái lát
- 2 thìa giấm táo
- 2 thìa mật ong
- 1 thìa canh dầu ô liu
- 1/4 thìa cà phê muối
- 1/4 thìa cà phê hạt tiêu đen
- 2 cốc cải xoăn, thái nhỏ
- 1 quả táo Granny Smith, thái hạt lựu
- 1/3 cốc nho khô
- 2 thìa canh rau mùi tây, thái nhỏ

Hướng dẫn:

a) Thực hiện theo hướng dẫn trên bao bì để nấu hạt diêm mạch. Để nguội đến nhiệt độ phòng trước khi dùng.

b) Trong khi đó, rang hạnh nhân trong chảo xào nhỏ khô ở lửa vừa trong 3 phút, hoặc cho đến khi thơm. Để nguội trước khi dùng.

c) Trộn giấm táo, mật ong, dầu ô liu, muối và hạt tiêu trong một cái tô trộn lớn. Cho cải xoăn đã cắt nhỏ vào đảo bằng tay trong 3-5 phút, hoặc cho đến khi cải xoăn mềm.

d) Cho hạt diêm mạch, táo, nho khô và rau mùi tây đã nguội vào hỗn hợp giấm táo và cải xoăn để trộn đều. Phục vụ

3. Salad Quinoa Phô Mai

Năng suất: 4 phần ăn

Thành phần:

- 1 cốc hạt diêm mạch
- 1 thìa canh dầu ô liu
- 2 tép tỏi, băm nhỏ
- Nước ép của 1/2 quả chanh
- 1/8 thìa cà phê muối
- 1/8 thìa cà phê hạt tiêu đen
- 1 cốc cà chua bi, cắt thành bốn
- 1 quả ớt chuông vàng nhỏ, thái hạt lựu
- 1 quả dưa chuột nhỏ, thái hạt lựu
- 1/2 cốc phô mai feta ít béo, đã vỡ vụn
- 1 thìa canh thì là tươi thái nhỏ

Hướng dẫn:

a) Thực hiện theo hướng dẫn trên bao bì để nấu hạt diêm mạch. Để nguội đến nhiệt độ phòng trước khi dùng.

b) Trộn dầu ô liu, tỏi, nước cốt chanh, muối và hạt tiêu trong một cái tô trộn lớn.

c) Trong một đĩa trộn, trộn đều hạt diêm mạch lạnh, cà chua bi, ớt chuông, dưa chuột, phô mai feta và thì là với nước sốt.

4. Cá hồi và Bữa sáng Quinoa

2 phần ăn

Thành phần:

- 2 trứng lớn, luộc chín, bóc vỏ và thái lát
- 1 đầu của rau diếp Little Gem, lá tách ra
- ½ Dưa chuột Ba Tư, thái lát
- 4 những lát hành tây đỏ rất mỏng
- 3 ounce cá hồi hun khói , thái miếng thô
- ½ cốc hạt diêm mạch nấu chín hoặc ngũ cốc khác
- 2 thìa dầu dừa
- 1 thìa canh nụ bạch hoa đã ráo nước
- ¼ thìa vỏ chanh bào nhỏ
- 1 thìa canh cộng với 2 thìa nước cốt chanh tươi
- Thì là thái nhỏ
- 1 quả bơ, thái lát

Hướng dẫn

a) Trộn xà lách, dưa chuột, hành tây, cá hồi hun khói , hạt diêm mạch, dầu, nụ bạch hoa, vỏ chanh và nước cốt chanh trong một cái bát lớn; Nêm muối và hạt tiêu.

b) Phủ lên trên những lát trứng, quả bơ và thì là.

5. Salad bí ngòi, rau mầm và hạt diêm mạch

Dành cho 2 người

Thành phần:

Nước sốt mè tỏi thuần chay:

- 1 thìa canh Tahini Paste
- 2 muỗng canh dầu ô liu
- 2 tép tỏi
- 2 thìa Oregano
- 2 muỗng canh rau mùi
- ½ quả ớt Jalapeno (tùy chọn)
- 3 thìa giấm táo
- Muối và hạt tiêu cho vừa ăn

Salad bí ngòi nướng:

- 1 quả bí Acorn (cắt thành từng miếng vừa ăn)
- 1 muỗng canh dầu ô liu
- 1 thìa ớt đỏ dạng mảnh
- Muối
- ½ cốc Microgreens
- ¼ cốc Quinoa, nấu chín

- Muối

Hướng dẫn

a) Làm nóng lò ở nhiệt độ 425 độ F.
b) Rưới dầu ô liu lên bí và trộn đều, sau đó xếp bí thành một lớp trên khay nướng, nêm muối và ớt.
c) Nướng bí trong 25 phút.
d) Để chuẩn bị nước sốt, trộn tất cả các nguyên liệu trong máy xay thực phẩm và xay cho đến khi mịn.
e) Khi bí đã mềm, chuyển bí vào bát đựng salad. Trộn một nửa nước sốt với hạt quinoa. Ngay trước khi ăn, cho rau mầm vào và rưới phần nước sốt còn lại lên trên.

6. Salad Quinoa Microgreen

Thành phần:

Đối với món salad:

- 1 cốc hạt diêm mạch nấu chín
- 1 cốc cà chua heirloom cắt đôi
- 1/2 cốc ô liu Kalamata bỏ hạt
- 2 1/2 muỗng canh hành lá, thái mỏng
- 1 ounce đậu đen nấu chín
- 1/2 quả bơ cắt thành hình vuông nhỏ
- 2 cốc rau mầm

Đối với nước sốt:

- 2 tép tỏi lớn
- 1/4 cốc giấm rượu đỏ
- 1/4 cốc lá húng quế tươi
- 1 thìa muối kosher
- 1 thìa cà phê hạt tiêu đen
- 1/2 cốc dầu ô liu

Hướng dẫn

a) Cho giấm rượu đỏ, tỏi, húng quế, muối và hạt tiêu vào máy xay thực phẩm.

b) Nhấn ở tốc độ cao trong khi từ từ thêm dầu vào cho đến khi nhũ hóa.

c) Trộn các nguyên liệu làm salad với hai thìa nước sốt. Nếu muốn, có thể thêm nước sốt.

d) Dùng ngay hoặc bảo quản trong tủ lạnh cho đến khi sẵn sàng sử dụng.

7. Salad Rau Arugula Quinoa

Năng suất: 6 khẩu phần

Thành phần:

- 1 cốc hạt diêm mạch
- 3 thìa nước cốt chanh
- 3 thìa dầu ô liu
- 1/4 thìa cà phê hạt tiêu
- 1/8 thìa cà phê muối
- 2 cốc dưa hấu, cắt thành khối nhỏ
- 2 cốc rau arugula non
- 1 cốc cà chua bi, cắt đôi
- 1/4 cốc bạc hà tươi, thái nhỏ
- 2 thìa quả óc chó, thái nhỏ

Hướng dẫn:

a) Thực hiện theo hướng dẫn trên bao bì để nấu hạt diêm mạch. Để nguội đến nhiệt độ phòng trước khi dùng.

b) Trong một đĩa nhỏ, trộn đều nước cốt chanh, dầu ô liu, hạt tiêu và muối rồi để sang một bên.

c) Trộn hạt diêm mạch đã nguội, dưa hấu, rau arugula, cà chua bi, bạc hà, quả óc chó và nước sốt trong một đĩa trộn lớn.

d) Trộn tất cả lại với nhau, bày ra và thưởng thức!

8. Salad Fusilli Quinoa và Cà Chua

Năng suất: 4 khẩu phần

Thành phần:

- 12 oz. mì ống fusilli quinoa , nấu chín
- 1/4 cốc dầu dừa
- 4 tép tỏi
- 1/4 thìa cà phê ớt đỏ nghiền nát
- 2 pint cà chua bi, cắt đôi
- 15 oz. đậu cannellini để ráo nước và rửa sạch
- 1/2 cốc đậu xanh hữu cơ, nấu chín
- 1/2 chén húng quế tươi thái mỏng
- 1/2 thìa cà phê muối biển
- 1/4 thìa cà phê hạt tiêu đen xay tươi

Hướng dẫn :

a) Đun nóng dầu trong chảo chống dính lớn ở mức lửa vừa cao. Thêm tỏi và ớt vào, khuấy liên tục, nấu trong 30 giây hoặc cho đến khi có mùi thơm.

b) Thêm cà chua bi vào và đun nhỏ lửa trong 6 đến 7 phút, khuấy đều cho đến khi mềm.

c) Thêm đậu và đậu Hà Lan.

d) Thêm mì ống vào và nấu trong 1 phút, khuấy đều thỉnh thoảng.

e) Cho thêm húng quế, muối, hạt tiêu vào và dùng.

9. Salad Quinoa Châu Á

Dành cho 2 người

Thành phần:

- 1/2 cốc hạt diêm mạch đỏ, rửa sạch
- 1/2 cốc hạt diêm mạch ba màu hoặc loại khác, rửa sạch
- 2 cốc nước
- 1 quả ớt chuông đỏ nhỏ, thái nhỏ
- 1 quả ớt chuông xanh nhỏ, thái nhỏ
- 1/2 cốc hạt Brazil rang chậm
- 1/2 chén hành lá cắt nhỏ
- 1 thìa canh tamari không chứa lúa mì ít natri
- 1 muỗng canh giấm gạo
- 2 muỗng canh rau mùi tươi thái nhỏ
- 1 thìa dầu dừa
- 1/4 thìa cà phê muối biển

Hướng dẫn :

a) Cho quinoa và nước vào một chiếc chảo nhỏ, sau đó nấu theo hướng dẫn trên bao bì.

b) Để nguội trong 5 phút trước khi đổ vào bát.

c) Trộn hạt diêm mạch với ớt chuông, các loại hạt, hành lá, tamari, giấm, rau mùi, dầu dừa và muối, sau đó dùng nĩa trộn đều.

10. Salad Quinoa Quả mọng

Thành phần:

Nước sốt mật ong cam quýt:

- 1 thìa vỏ cam
- 4 thìa nước cam tươi
- 2 thìa nước cốt chanh tươi
- 1 thìa nước cốt chanh tươi
- 1 thìa mật ong
- 1 thìa cà phê bạc hà thái nhỏ
- 1 thìa cà phê húng quế thái nhỏ

Xa lát:

- 2 cốc hạt diêm mạch đỏ nấu chín
- 1 1/2 cốc dâu tây cắt đôi
- 1 cốc quả mâm xôi
- 1 cốc quả mâm xôi
- 1 cốc quả việt quất
- 1 cốc hạnh nhân quế rang mật ong băm nhỏ
- 1 thìa canh bạc hà thái nhỏ
- 1 thìa canh húng quế thái nhỏ

Hướng dẫn

a) **Đối với nước sốt:** Trong một bát nhỏ, đánh tan vỏ cam, nước cam, nước cốt chanh, nước cốt chanh xanh, mật ong, bạc hà và húng quế. Để riêng.

b) Trong một chiếc bát lớn, trộn đều hạt diêm mạch đã nấu chín, dâu tây, quả mâm xôi, quả mâm xôi đen, quả việt quất, hạnh nhân, bạc hà và húng quế.

c) Rưới nước sốt lên trên salad và khuấy nhẹ lần nữa. Phục vụ.

11. Bát Phật đậu gà Quinoa

Làm 2

Thành phần:

Xa lát:

- 1 cốc đậu gà khô, nấu chín
- 1 cốc hạt diêm mạch trắng , nấu chín
- 1 gói cải xoăn lớn

Nước sốt tahini :

- 1/2 cốc tahini
- 1/4 thìa cà phê muối biển
- 1/4 thìa cà phê bột tỏi
- 1/4 cốc nước
- Nước chanh tươi

Hướng dẫn:

a) **Để làm nước sốt:** Trộn tahini, muối biển, nước cốt chanh và bột tỏi trong một bát trộn nhỏ và đánh đều. Sau đó thêm nước từng chút một cho đến khi tạo thành hỗn hợp nước sốt có thể rót được.

b) Thêm 1/2 inch nước vào chảo vừa rồi cho cải xoăn vào. Đun nhỏ lửa ở mức lửa vừa.

c) Ngay lập tức nhấc cải xoăn ra khỏi bếp và cho vào đĩa nhỏ.

d) **Để làm salad:** Trộn đậu gà đã nấu chín, hạt diêm mạch và cải xoăn vào bát. Rưới nước sốt vào.

12. Quinoa rang với rau

Thành phần:

- ½ cốc hạt diêm mạch
- 1 cốc nước
- 2 muỗng canh dầu
- 1/4 thìa canh hạt mù tạt
- 1/4 thìa hạt thìa là
- 1 nhúm assafetida
- 5-6 lá cà ri
- ½ thìa canh gừng nạo
- ½ thìa bột rau mùi
- ½ thìa bột thìa là
- Muối vừa ăn
- 1-2 quả cà chua - có thể nấu chín hoặc ăn sống
- 1 cốc khoai tây, bắp cải, súp lơ, cà rốt, v.v.
- Dừa tươi nạo sợi
- Lá rau mùi tươi

Hướng dẫn

a) Rang khô hạt diêm mạch trong chảo trong vòng 10 đến 15 phút. Lấy ra khỏi chảo.

b) Đun nóng dầu và cho hạt mù tạt vào. Khi chúng nổ, thêm thìa là, hing, lá cà ri, gừng, bột rau mùi và bột thìa là. Thêm rau vào và nấu một nửa.

c) Thêm hạt diêm mạch rang , muối và nước. Đun sôi, đậy nắp và đun nhỏ lửa trong 10 phút.

d) Mở nắp và nấu trong 2 đến 3 phút.

e) Trang trí thêm dừa tươi và lá rau mùi cho vừa ăn.

13. Tô Guacamole và đậu đen

Năng suất: 2 khẩu phần

Thành phần:

Guacamole:

- 1 quả bơ, gọt vỏ và bỏ hạt
- 1 thìa nước cốt chanh
- 1/2 thìa cà phê muối biển
- 1/4 thìa cà phê hạt tiêu đen xay tươi
- 3 thìa canh rau mùi tươi thái nhỏ

Xa lát:

- 1 cốc hạt diêm mạch hữu cơ đông lạnh đã nấu chín
- 2 cốc đậu đen nấu chín hữu cơ
- 3 muỗng canh hành tây đỏ hữu cơ thái nhỏ
- 2 tép tỏi, băm nhỏ
- 1/2 thìa cà phê thìa là
- 2 cốc rau xanh hỗn hợp hữu cơ hoặc rau bina non
- 1 cốc cà chua bi hữu cơ, thái lát đôi
- 1 quả ớt chuông đỏ hữu cơ nhỏ, thái lát

- 1 quả dưa chuột nhỏ, gọt vỏ và thái lát mỏng

Trang trí :

- 1 quả ớt jalapeño nhỏ, thái lát mỏng

Hướng dẫn :

a) Dùng nĩa nghiền nát quả bơ trong một chiếc bát vừa, sau đó cho nước cốt chanh, muối biển, hạt tiêu đen và rau mùi vào khuấy đều; Để sang một bên.

b) Cho đậu đen, tỏi và thìa là vào nồi lớn, đun sôi cho đến khi bốc hơi.

c) Chia đều rau xanh, cà chua, ớt chuông, hành tây đỏ thái nhỏ và dưa chuột vào hai bát, sau đó rắc hạt diêm mạch, đậu và guacamole lên trên mỗi bát.

d) Ăn kèm với ớt jalapeno cắt nhỏ ở trên.

14. Bát Phật đậu gà Quinoa

Đậu gà:

- 1 cốc đậu gà khô.
- 1/2 thìa cà phê muối biển.

Hạt diêm mạch:

- 1 thìa canh dầu ô liu, dầu hạt nho hoặc dầu bơ (hoặc dầu dừa).
- 1 cốc hạt diêm mạch trắng (đã rửa sạch).
- 1 3/4 cốc nước.
- 1 nhúm muối biển vừa đủ.

Cải xoăn:

- 1 gói cải xoăn lớn

Nước sốt tahini:

- 1/2 cốc tahini.
- 1/4 thìa cà phê muối biển.
- 1/4 thìa cà phê bột tỏi.
- 1/4 cốc nước.

Để phục vụ:

- Nước ép chanh tươi.

Hướng dẫn

a) Ngâm đậu gà qua đêm trong nước mát hoặc sử dụng phương pháp ngâm nhanh: Cho đậu gà đã rửa sạch vào nồi lớn và đổ 2 inch nước vào. Rửa sạch, để ráo nước và cho lại vào nồi.

b) Để nấu đậu gà đã ngâm, cho vào nồi lớn và đổ 2 inch nước. Đun sôi trên lửa lớn, sau đó giảm lửa xuống mức liu riu, thêm muối và khuấy đều, nấu không đậy nắp trong 40 phút - 1 giờ 20 phút.

c) Nếm thử hạt đậu sau 40 phút để xem chúng mềm đến mức nào. Bạn đang tìm một loại đậu mềm vừa phải, có một chút dai và lớp vỏ sẽ bắt đầu có dấu hiệu bong tróc. Ngay sau khi nấu xong, vớt đậu ra, để riêng và rắc thêm một ít muối.

d) Chuẩn bị nước sốt bằng cách cho tahini, muối biển và bột tỏi vào một cái bát trộn nhỏ và đánh đều. Sau đó thêm nước từng chút một cho đến khi tạo thành hỗn hợp nước sốt có thể rót được.

e) Thêm 1,25 cm nước vào chảo vừa và đun ở lửa vừa. Ngay lập tức nhấc cải xoăn ra khỏi bếp và cho vào đĩa nhỏ để thưởng thức.

15. Salad quinoa Thái

Đối với món salad:

- 1/2 cốc hạt diêm mạch nấu chín
- 3 thìa cà rốt nạo.
- 2 thìa ớt đỏ, thái lát cẩn thận.
- 3 thìa dưa chuột thái lát mỏng.
- Nếu đông lạnh, rã đông 1/2 cốc đậu nành.
- 2 cây hành lá, thái nhỏ.
- 1/4 cốc bắp cải đỏ, thái lát mỏng.
- 1 thìa rau mùi, thái nhỏ cẩn thận.
- 2 thìa đậu phộng rang, băm nhỏ (tùy chọn).
- Để nếm muối.

Nước sốt đậu phộng Thái Lan:

- 1 thìa bơ đậu phộng tự nhiên dạng kem.
- 2 thìa cà phê nước tương ít muối.
- 1 thìa cà phê giấm gạo.
- 1/2 thìa cà phê dầu mè.
- 1/2 - 1 thìa cà phê sốt sriracha (tùy chọn).
- 1 tép tỏi, băm nhỏ.

- 1/2 thìa cà phê gừng nạo.
- 1 thìa nước cốt chanh.
- 1/2 thìa cà phê mật hoa thùa (hoặc mật ong).

Hướng dẫn:

a) Làm nước sốt đậu phộng kiểu Thái:

b) Trộn tất cả các nguyên liệu làm nước sốt trong một cái bát nhỏ và trộn cho đến khi hòa quyện.

c) Để làm món salad:

d) Trộn hạt diêm mạch với rau trong bát trộn. Thêm nước sốt vào và trộn đều.

e) Rắc đậu phộng rang lên trên và thưởng thức!

16. Hạt diêm mạch nghệ tây Và salad củ cải đường

Năng suất: 6 khẩu phần

Thành phần:

- 6 muỗng canh dầu ô liu nguyên chất
- 2 muỗng canh nước cốt chanh tươi
- 2 tép tỏi nhỏ ; băm nhỏ
- $\frac{1}{2}$ thìa cà phê muối thô
- $\frac{1}{2}$ thìa cà phê thìa là xay
- $\frac{1}{4}$ thìa cà phê ớt bột đỏ
- 4 củ cải đường nhỏ có kèm lá xanh
- 1 cốc hạt diêm mạch nấu với nghệ tây
- 2 cốc nước dùng rau
- 5 thìa dầu ô liu
- 2 ounces Hành tím thái mỏng
- 3 tép tỏi vừa; băm nhỏ
- $1\frac{1}{2}$ thìa canh nước cốt chanh tươi
- $\frac{1}{4}$ thìa cà phê muối

Hướng dẫn:

a) Bọc từng củ cải đường riêng lẻ bằng giấy bạc và nướng cho đến khi mềm khi đâm bằng dao mỏng, từ 45 phút đến 1 giờ. Gọt vỏ và cho củ cải đường vào một cái bát nhỏ, thêm 2 đến 3 thìa nước ướp và trộn nhẹ nhàng. thêm hạt diêm mạch

b) Đun nóng 3 thìa dầu ô liu trên lửa vừa cao. Thêm hành tím vào và nấu cho đến khi giòn, khuấy thường xuyên, khoảng 3 phút. Thêm tỏi và rau cải xanh . Khuấy đều nước cốt chanh và muối. Nêm hạt tiêu.

17. Đậu đen và salad quinoa

Thành phần:

- 5 thìa dầu ô liu
- $\frac{1}{2}$ cốc hạt diêm mạch; đã rửa sạch
- 1 cốc nước dùng gà hoặc rau
- $\frac{1}{4}$ thìa cà phê thìa là xay
- 2 thìa nước cốt chanh
- 1 cốc đậu đen nấu chín hoặc đóng hộp
- 1 cốc ngô nguyên hạt
- 1 quả cà chua chín lớn
- 1 quả ớt chuông đỏ ngọt nhỏ
- 2 cây hành lá; thái nhỏ
- 3 thìa lá rau mùi thái nhỏ
- 2 chén rau trộn salad

Hướng dẫn:

a) Đun nóng 1 thìa dầu trên lửa vừa. Thêm hạt diêm mạch vào và khuấy cho đến khi rang và có mùi thơm - khoảng 5 phút. Khuấy đều nước dùng, thìa là và muối; Đun sôi ở lửa lớn. Giảm lửa xuống mức thấp, đậy nắp và đun nhỏ lửa cho đến khi chất lỏng được hấp thụ hết - khoảng 15 phút.

b) Trong một chiếc bát vừa, trộn đều 4 thìa dầu còn lại, nước cốt chanh và hạt tiêu đen. Cho đậu đen, ngô, cà chua, ớt đỏ, hành lá, rau mùi, mùi tây thái nhỏ và hạt diêm mạch đã nấu chín vào khuấy đều.

c) Khi dùng, chia rau xanh vào 4 đĩa salad. Múc hỗn hợp hạt diêm mạch vào rau xanh.

18. Salad quinoa cam quýt

Năng suất: 4 khẩu phần

Thành phần:

- 1 cốc Quinoa , nấu chín
- 1 cốc dưa chuột thái hạt lựu (không gọt vỏ)
- $\frac{1}{2}$ cốc quả sung thái hạt lựu hoặc quả mơ khô
- $\frac{1}{2}$ cốc Các phần cam quýt
- $\frac{1}{4}$ cốc hạt hướng dương
- 2 cây hành lá; thái hạt lựu
- 2 muỗng canh rau mùi tươi thái nhỏ
- 1 thìa cà phê Vỏ chanh hoặc chanh xanh nạo
- 3 thìa nước cốt chanh hoặc chanh xanh
- 3 giọt dầu mè; nhiều hơn hoặc ít hơn
- 1 thìa đường cát
- $\frac{1}{4}$ thìa cà phê thìa là xay
- $\frac{1}{4}$ thìa cà phê rau mùi xay

Hướng dẫn:

a) Cho hạt diêm mạch, dưa chuột, quả sung, múi cam, hạt hướng dương, hành tây và rau mùi vào bát trộn salad.

b) Nước sốt: Trong một bát nhỏ, trộn vỏ chanh và nước cốt, dầu mè, đường, thìa là và rau mùi; Đổ lên salad và trộn đều. Dùng ngay hoặc đậy kín và bảo quản trong tủ lạnh tối đa 3 ngày.

19. Cây rau dền và salad hạt diêm mạch

Năng suất: 4 phần ăn

Thành phần:

- 1 cốc Quinoa , nấu chín
- 1 muỗng canh dầu thực vật
- Nước sốt thì là
- 1 thìa canh rau dền
- 6 củ cải đỏ nhỏ, thái lát
- 1 quả dưa chuột nhỏ
- $\frac{1}{4}$ pound phô mai Jarlsberg
- Cành thì là tươi

Hướng dẫn:

a) Để làm nổ hạt rau dền, hãy sử dụng một chiếc chảo nhỏ nặng. Đun nóng chảo khô cho đến khi thật nóng trên lửa vừa cao. Dùng cọ phết bánh ngọt nhỏ để quét hạt và tránh bị cháy, cho thêm hạt rau dền vào, khuấy đều và nấu cho đến khi hạt nổ lách tách.

b) Thêm nước sốt thì là, củ cải, dưa chuột và phô mai vào hạt diêm mạch đã nguội trong bát lớn. Cho rau dền vào salad. Chuyển salad vào bát đựng.

c) Nước sốt thì là: Cho các nguyên liệu làm nước sốt vào lọ có nắp đậy kín. Đậy nắp và lắc cho đến khi hòa quyện đều.

20. Cà tím với hạt diêm mạch

Năng suất: 4 khẩu phần

Thành phần:

- 2 quả cà tím , luộc chín
- 1 cốc Quinoa , nấu chín
- 1 củ hành tây nhỏ
- 2 tép tỏi; băm nhỏ
- 1 quả ớt Poblano
- 1 quả chuối hoặc ớt Hungary
- ½ cốc Sốt cà chua hoặc sốt cà chua
- Tươi hạt tiêu và muối vừa ăn
- ¼ cốc quả óc chó xay
- 1 cốc đậu gà nấu chín
- Một nhúm bột mì và bột gluten

Hướng dẫn:

a) Cắt nhỏ phần ruột cà tím và để riêng để xào.

b) Đổ nước vào chảo rán lớn và đun ở mức lửa vừa. Sau đó cho hành tây, tỏi, ớt chuông và phần bên trong của cà tím vào xào, thêm một ít nước nếu cần.

c) Sau đó thêm sốt cà chua, muối, hạt tiêu, quả óc chó và đậu gà.

d) Đậy nắp và đun nhỏ lửa trong khoảng 5 phút, thỉnh thoảng khuấy đều. Thêm hạt diêm mạch đã nấu chín, bột mì và bột gluten vào hỗn hợp rau xào và khuấy đều. Nhồi hỗn hợp hạt diêm mạch vào vỏ cà tím. Nướng.

21. Salad mùa hè Quinoa

Năng suất: 1

Thành phần:

- 4 cốc Quinoa AM nấu chín
- ½ cốc quả hồ đào đã bóc vỏ
- ½ chén hành lá thái nhỏ
- ½ chén ô liu đen thái lát
- ¾ cốc Nấm thái lát
- ¾ cốc nho khô ngâm trong nước nóng
- ¼ cốc nước cốt chanh
- 2 thìa Tamari
- ⅓ cốc Dầu ô liu chưa tinh chế
- ¼ thìa cà phê Hạt tiêu

Hướng dẫn:

a) Trộn sáu nguyên liệu đầu tiên lại với nhau trong một cái bát lớn. Trong một hộp đựng riêng, trộn bốn thành phần còn lại. Đổ chất lỏng vào salad và trộn nhẹ nhàng.

b) Để có hương vị tốt nhất, hãy để trong tủ lạnh khoảng một giờ trước khi dùng.

22. Quinoa với tempeh

Khẩu phần: 1 khẩu phần

Thành phần:

- $1\frac{1}{2}$ cốc Quinoa , nấu chín
- $1\frac{1}{2}$ cốc hạt ngô tươi hoặc đông lạnh;
- Tempeh Adobo Nuggets
- 1 chén ớt chuông đỏ; thái hạt lựu
- $\frac{1}{2}$ chén hành tây đỏ; thái hạt lựu
- $\frac{1}{2}$ chén rau mùi; đóng gói chặt chẽ, băm nhỏ
- 1 quả ớt Jalapeno; bỏ hạt, thái hạt lựu
- $\frac{1}{4}$ cốc giấm chanh-shoyu
- 2 thìa nước cốt chanh tươi
- Rau diếp xoăn đỏ; để trang trí

Hướng dẫn:

a) Thêm ngô vào hạt diêm mạch và nấu cho đến khi mềm nhưng vẫn giòn .

b) Khi hạt quinoa ngừng bốc hơi, cho miếng tempeh, ớt chuông đỏ, hành tây, rau mùi, ớt jalapeno và đủ lượng giấm để phủ nhẹ lên các nguyên liệu. Thêm nước cốt chanh tùy theo khẩu vị nếu muốn. Ăn khi còn ấm hoặc ở nhiệt độ phòng với một lớp rau diếp xoăn Radicchio.

23. Salad Quinoa Tabbouleh

Năng suất: 10 khẩu phần

Thành phần:

- 2 cốc Hạt diêm mạch; đã rửa sạch
- $\frac{3}{4}$ cốc rau mùi tây tươi, thái nhỏ
- $\frac{3}{4}$ cốc cà chua chín; thái hạt lựu
- 1 quả dưa chuột; lột vỏ, bỏ hạt và thái hạt lựu
- 1 bó hành lá; cắt nhỏ
- 5 nhánh bạc hà tươi; cắt nhỏ
- 4 muỗng canh Dầu ô liu nguyên chất
- 2 muỗng canh giấm mận
- 2 tép tỏi, lột vỏ và ép

Hướng dẫn:

a) Nấu hạt Quinoa theo hướng dẫn trên bao bì. Mát mẻ. Trộn đều Quinoa, rau mùi tây, cà chua, dưa chuột, tỏi, hành lá và bạc hà. Trộn đều.

b) Trộn dầu ô liu, giấm mận và tỏi vào salad.

24. Salad hạt diêm mạch

Năng suất: 7 khẩu phần

Thành phần:

- 2 cốc Quinoa nấu chín
- ⅓ cốc nước cốt chanh
- 2 quả ớt Aji
- ⅔ cốc dầu ô liu
- 2 quả dưa chuột vừa
- 1 quả cà chua lớn; bỏ hạt, thái hạt lựu
- 8 cây hành lá; chỉ trắng thái lát mỏng
- ⅓ cốc rau mùi tây Ý; tươi, băm nhỏ
- ⅓ cốc bạc hà; tươi băm nhỏ
- Muối và hạt tiêu đen
- 2 cây rau diếp Bibb; xé nhỏ
- 3 quả trứng; luộc chín và thái mỏng
- 2 bắp ngô tươi
- 1 cốc Ô liu đen; thái lát dày

Hướng dẫn:

a) Trộn đều nước cốt chanh, ớt và dầu ô liu rồi để sang một bên.

b) Trộn đều hạt diêm mạch, dưa chuột, cà chua, hành lá, mùi tây và bạc hà rồi nhẹ nhàng khuấy đều. Đổ hỗn hợp nước cốt chanh lên trên và trộn đều lần nữa. thêm muối và hạt tiêu đen xay tươi cho vừa ăn.

c) Để phục vụ món salad, xếp một ít rau diếp Bibb thái nhỏ vào 6 hoặc 8 đĩa riêng và trang trí bằng bất kỳ hoặc tất cả các loại đồ trang trí được gợi ý.

25. Cây thì là hạt diêm mạch xa lát

Năng suất: 1 khẩu phần

Thành phần:

- 3 cốc hạt diêm mạch nấu chín
- 1 cốc Củ thì là thái nhỏ
- 2 muỗng canh hành tím băm nhỏ
- 1 thìa cà phê Vỏ chanh bào
- 1 thìa cà phê Vỏ cam bào
- ⅔ cốc nước cam tươi
- 2 muỗng canh nước cốt chanh tươi
- $\frac{1}{4}$ cốc húng quế tươi thái nhỏ
- 2 thìa dầu ô liu
- $\frac{1}{4}$ thìa cà phê muối
- $\frac{1}{8}$ thìa cà phê hạt tiêu
- 2 cốc múi cam
- $\frac{1}{4}$ cốc Quả óc chó băm nhỏ, rang

Hướng dẫn:

a) Trộn hạt diêm mạch, hạt thì là và hẹ trong một cái bát lớn; để riêng.

b) Trong một cái bát nhỏ, trộn đều 8 nguyên liệu sau (vỏ chanh đến hạt tiêu); Khuấy đều.

c) Đổ hỗn hợp quinoa vào và trộn đều. Múc 1 cốc salad vào mỗi đĩa trong bốn đĩa.

d) Xếp $\frac{1}{2}$ cốc múi cam xung quanh mỗi đĩa salad; Rắc 1 thìa quả óc chó lên mỗi đĩa salad.

26. Salad Quinoa Rio Grande

Năng suất: 4 phần ăn

Thành phần:

- 3 thìa nước cốt chanh
- 3 thìa dầu ô liu
- 3 thìa rau mùi, băm nhỏ
- Muối biển
- Tiêu đen xay tươi
- 1 cốc ngô tươi hoặc đông lạnh
- $\frac{1}{2}$ cốc Quinoa , nấu với thìa là
- 1 cốc đậu đen nấu chín
- 1 quả cà chua cỡ vừa; thái hạt lựu
- 3 thìa canh hành tây đỏ, băm nhỏ

Hướng dẫn:

a) Trộn đều nước cốt chanh, dầu ô liu, rau mùi, muối và hạt tiêu cho vừa ăn; để riêng.

b) Đun sôi 1-$\frac{1}{2}$ cốc nước trong một chiếc chảo nhỏ rồi cho ngô vào.

c) Giảm nhiệt và để ngô sôi liu riu cho đến khi mềm. Vớt ngô ra, giữ lại 1 cốc nước luộc ngô.

d) Cho quinoa đã nguội, ngô, đậu đen, cà chua và hành tây vào bát, trộn đều. Đổ nước sốt vào và trộn nhẹ nhàng. Làm lạnh salad cho đến khi sẵn sàng dùng.

27. Salad quinoa trái cây

Năng suất: 4 khẩu phần

Thành phần:

- 3 cốc Quinoa, nấu chín
- $8\frac{3}{4}$ ounce nửa quả mơ đóng hộp, để ráo nước
- 1 quả cam hải quân, cắt thành từng phần
- 1 cốc nho đỏ không hạt, cắt đôi
- $\frac{1}{4}$ cốc hành lá, thái lát
- $\frac{1}{4}$ cốc rau mùi tây tươi, thái nhỏ
- $\frac{1}{4}$ thìa cà phê hạt tiêu đen
- Muối

Hướng dẫn:

a) Cho hạt diêm mạch, mơ, cam, nho, hành lá, rau mùi tây và hạt tiêu đen vào bát vừa.

b) Nêm muối cho vừa ăn nếu muốn.

28. Salad quinoa thảo mộc

Năng suất: 4 khẩu phần

Thành phần:

- $1\frac{1}{2}$ cốc đậu Hà Lan hoặc đậu que
- 3 cốc hạt diêm mạch nấu chín lạnh
- $\frac{1}{2}$ cốc phô mai dê ít béo vụn
- ⅓ cốc rau mùi tây tươi thái nhỏ
- ⅓ cốc ngải giấm tươi thái nhỏ
- ⅓ cốc hẹ tươi cắt nhỏ
- ⅓ cốc nước cốt chanh
- 1 thìa canh dầu ô liu nguyên chất

Hướng dẫn:

a) Đun sôi một lít nước trong một chiếc chảo 2 lít trên lửa lớn. Thêm đậu Hà Lan. Nấu trong khoảng 4 phút, hoặc cho đến khi mềm; Không nấu quá chín. Để ráo và rửa sạch dưới vòi nước lạnh.

b) Cho hạt diêm mạch vào bát lớn. Thêm đậu Hà Lan, phô mai dê, rau mùi tây, ngải giấm và hẹ. Lắc nhẹ.

c) Trộn đều nước cốt chanh và dầu ô liu trong cốc. Đổ lên trên salad.

d) Giảm lửa xuống mức thấp, đậy nắp chảo và nấu trong 10-15 phút, hoặc cho đến khi mềm nhưng không nhão. Đổ hết chất lỏng còn lại. Dùng nĩa khuấy đều để tách hạt. Để nguội trước khi trộn vào salad.

29. Salad Jicama-quinoa

Thành phần:

- 4 ounce đậu que đường
- 1 pound củ đậu; lột vỏ và
- $\frac{1}{2}$ cốc nước cam tươi
- 1 thìa nước cốt chanh tươi
- 1 muỗng canh giấm gạo lứt
- $\frac{1}{2}$ thìa cà phê muối thô
- quả cà chua bi và/hoặc lê vàng
- $1\frac{1}{2}$ cốc hạt diêm mạch nấu chín
- $\frac{1}{2}$ chén rau mùi tươi thái nhỏ
- 2 nhúm ớt cayenne hoặc một ít nước sốt cay

Hướng dẫn:

a) Đun sôi một nồi nước nhỏ. Thêm đậu que đường vào và nấu trong 1 phút. Vớt ra, rửa sạch dưới vòi nước lạnh cho đến khi nguội rồi vớt ra để ráo.

b) Cắt đôi theo đường chéo. Để riêng.

c) Trong một cái bát lớn, trộn đều củ đậu, nước cam và nước chanh, giấm và muối rồi khuấy đều. Thêm đậu que đường, cà chua bi, hạt diêm mạch, rau mùi và ớt cayenne. Trộn nhẹ nhàng nhưng kỹ để hòa quyện, nêm nếm gia vị cho vừa ăn và thưởng thức.

30. Salad trái cây quinoa bạc hà

Năng suất: 4 khẩu phần

Thành phần:

- $\frac{1}{4}$ thìa cà phê muối
- 6 ounce hạt diêm mạch; chưa nấu chín
- ⅓ cốc bạc hà; cắt nhỏ
- $\frac{1}{4}$ cốc sữa chua
- 2 thìa nước cam
- $1\frac{1}{2}$ cốc dâu tây; cắt lát
- 2 quả Kiwi cỡ vừa
- 1 cốc quýt

Hướng dẫn:

a) Đun sôi 2 cốc nước và muối trong một chiếc chảo vừa; thêm hạt diêm mạch. Giảm nhiệt xuống mức thấp; Đun nhỏ lửa trong 15 phút, cho đến khi hạt quinoa trong suốt. Cho bạc hà, sữa chua và nước ép vào máy xay thực phẩm hoặc máy xay sinh tố, xay nhuyễn. Để riêng.

b) Để riêng sáu lát dâu tây và ba lát kiwi để trang trí. Trong một bát lớn, trộn phần dâu tây còn lại, phần kiwi còn lại và phần quýt. Đổ nước sốt sữa chua lên hỗn hợp trái cây; ném vào áo. Thêm hạt diêm mạch đã nấu chín; Trộn nhẹ nhàng cho hỗn hợp hòa quyện đều.

c) Trang trí bằng lát dâu tây và kiwi. Đậy kín và để trong tủ lạnh trong 1-2 giờ cho đến khi lạnh hoàn toàn.

31. Salad bạc hà cam và hạt diêm mạch

Năng suất: 6 khẩu phần

Thành phần:

- 3 quả cam lớn
- 1 cốc cà rốt baby; thái mỏng
- 2 cốc hạt diêm mạch nấu chín; kê, hoặc các loại khác
- 6 nhánh cần tây; thái mỏng
- $\frac{1}{4}$ cốc nước sốt mù tạt mật ong
- 3 thìa nước cốt chanh tươi
- $\frac{1}{4}$ cốc bạc hà tươi thái nhỏ
- Rau diếp Romaine hoặc các loại lá rau diếp khác

Hướng dẫn:

a) Trộn tất cả các nguyên liệu trừ lá rau diếp vào bát đựng.

b) Trình bày salad trên một lớp rau diếp, hoặc cắt nhỏ rau diếp và trộn với salad trước khi dùng.

32. Salad quinoa và tôm

Năng suất: 4 phần ăn

Thành phần:

- 1 cốc Quinoa , nấu chín
- ½ pound tôm; nấu chín; trong con xúc xắc 1/2 inch
- ½ chén rau mùi tươi; thái nhỏ
- ¼ cốc Hẹ tươi hoặc Hành lá
- 1 quả ớt Jalapeno; băm nhỏ
- 1 tép tỏi; băm nhỏ
- 1 thìa muối
- ½ thìa cà phê Hạt tiêu đen
- 3 thìa nước cốt chanh
- 1 thìa mật ong
- 1 thìa canh nước tương
- 2 muỗng canh dầu ô liu

Hướng dẫn:

a) Đối với nước sốt, trộn đều ớt jalapeno, tỏi, muối, hạt tiêu, nước cốt chanh, mật ong, nước tương và dầu ô liu. Trộn nhẹ với hạt diêm mạch.

b) Nêm nếm gia vị cho vừa ăn.

33. Quinoa trong nước sốt salsa

Năng suất: 1 mẻ

Thành phần:

- 2 cốc hạt diêm mạch nấu chín
- 8 cốc; Nước
- 1 cốc dưa chuột gọt vỏ, bỏ hạt thái hạt lựu
- 1 cốc cà chua bỏ hạt và thái hạt lựu
- ¼ cốc nước cốt chanh tươi
- ¼ thìa cà phê hạt tiêu trắng xay
- 1 quả ớt tươi; bỏ hạt và băm nhỏ
- ½ chén Hành lá thái nhỏ
- ⅓ cốc rau mùi tây Ý tươi thái nhỏ
- ⅓ cốc lá bạc hà tươi cắt nhỏ
- 1 thìa cà phê muối thô
- ½ chén dầu ô liu

Hướng dẫn:

a) Trộn đều nước cốt chanh, hạt tiêu, ớt và muối trong bát. Dần dần thêm dầu ô liu, khuấy liên tục. Để riêng.

b) Khi ngũ cốc đã nguội, cho salad vào. Cho hạt diêm mạch cùng dưa chuột, cà chua, hành lá, rau mùi tây và bạc hà vào bát. Trộn đều các nguyên liệu, sau đó thêm giấm vào và trộn đều.

c) Nêm muối và hạt tiêu trắng cho vừa ăn.

34. Salad lễ hội Quinoa

Năng suất: 1 khẩu phần

Thành phần:

- 1 cốc Quinoa , nấu chín
- 2 cốc nước
- 1 quả ớt đỏ; bỏ lõi, bỏ hạt và thái hạt lựu
- 1 củ cà rốt
- 6 cây hành lá
- ¼ cốc ngô nấu chín
- ½ cốc nho khô
- 2 muỗng canh rau mùi tây tươi
- 1 tép tỏi; lột vỏ và băm nhỏ
- 1 thìa cà phê thìa là
- 2 muỗng canh xi-rô cây phong
- 1 thìa nước cốt chanh tươi
- 1 thìa canh giấm gạo
- 2 thìa giấm mâm xôi

Hướng dẫn:

a) Xào tỏi trong nước xốt tùy chọn trong 2 phút. Thêm thìa là vào và xào thêm một phút nữa. Thêm chất tạo ngọt, khuấy cho tan chảy, nhấc ra khỏi bếp và để nguội. Thêm nước cốt chanh và giấm. Trộn đều và đổ lên hạt diêm mạch, cùng với rau, rau mùi tây và nho khô.

b) Trộn nhẹ nhàng nhưng kỹ lưỡng. Dùng ngay hoặc cho vào tủ lạnh để làm lạnh. Ăn kèm với rau xanh.

35. Salad quýt Quinoa

Năng suất: 1 khẩu phần

Thành phần:

- 1 cốc hạt diêm mạch nấu chín
- 1 lon quýt
- 6 Oz; (2 cốc) vỏ đậu tuyết tươi
- ⅓ chén hành lá thái lát
- Lá rau diếp
- 1 thìa mật ong
- $\frac{1}{4}$ thìa cà phê muối
- 3 thìa giấm táo
- 2 thìa dầu hạt cải
- $\frac{1}{8}$ thìa cà phê ớt bột

Hướng dẫn:

a) Trong một chiếc chảo vừa , trộn đều hỗn hợp hạt diêm mạch và chất lỏng màu cam. Cho đậu Hà Lan và hành tây vào khuấy đều. Để nguội trong 10 phút.

b) Trong khi đó, cho tất cả các nguyên liệu làm nước sốt vào một chiếc lọ nhỏ có nắp đậy kín, lắc đều. Làm lạnh cho đến khi dùng.

c) Trong y học. Trong bát, trộn hỗn hợp hạt diêm mạch và các múi quýt. Che phủ; Để lạnh ít nhất 1 giờ hoặc cho đến khi lạnh.

d) Ngay trước khi dọn ra, xếp rau diếp vào 4 đĩa đựng salad riêng biệt. Đổ nước sốt lên salad, khuấy nhẹ để nước sốt ngấm đều. Múc salad vào đĩa có lót xà lách. 4 khẩu phần (1-$\frac{1}{2}$ cốc)

36. Hỗn hợp ô liu Quinoa

Năng suất: 8 khẩu phần

Thành phần:

- 2 cốc hạt diêm mạch Eden; đã rửa sạch
- ⅔ cốc ô liu đen; cắt đôi
- ⅔ cốc ô liu xanh; cắt đôi
- $\frac{1}{4}$ cốc hạt thông; rang nhẹ
- 1 bó hành lá; thái nhỏ
- $\frac{1}{4}$ cốc rau mùi tây; thái nhỏ
- $\frac{1}{2}$ quả ớt đỏ nhỏ cắt thành dải mỏng
- 2 tép tỏi; băm nhỏ
- 2 muỗng canh dầu ô liu nguyên chất
- 4 muỗng canh giấm mận

Hướng dẫn:

a) Nấu hạt Quinoa theo hướng dẫn trên bao bì. Để nguội, sau đó trộn với các nguyên liệu còn lại, thêm giấm Ume vào cuối cùng và nêm nếm cho vừa ăn.

b) Ngon khi dùng làm salad hoặc món ăn kèm

37. Hành tây nhồi hạt diêm mạch

Năng suất: 6 khẩu phần

Thành phần:

- 12 củ hành tây vừa; đã lột vỏ
- ½ cốc hạt diêm mạch; đã nấu chín
- 1 cốc; Nước
- ¼ thìa cà phê muối biển
- 2 tép tỏi; băm nhỏ (tùy chọn)
- ½ cốc Nấm; cắt lát
- ½ chén cần tây; cắt lát
- 2 muỗng canh dầu ngô hoặc dầu ô liu
- ½ cốc đậu gà; đã nấu chín
- 1 cốc quả óc chó; rang
- 2 thìa nước tương
- 2 thìa giấm gạo lứt

Hướng dẫn:

a) Dùng dụng cụ khoét lõi táo để khoét rỗng phần bên trong của hành tây, giữ nguyên phần đáy và giữ lại phần bên trong. Hấp hành tây đã khoét rỗng cho đến khi mềm, giữ lại ¾ cốc nước luộc.

b) Cắt nhỏ phần hành tây còn lại. Xào hành tây, tỏi, nấm và cần tây băm nhỏ trong dầu trong 15 phút hoặc cho đến khi mềm.

Trộn hạt diêm mạch và đậu gà vào và đun nóng (khoảng 5 phút).

c) Nhồi hỗn hợp hạt diêm mạch vào hành tây . Nghiền nát quả óc chó trong máy xay thực phẩm, trộn với nước tương và giấm để tạo thành hỗn hợp kem. Trộn đều với nước nấu ăn còn lại. Đổ hỗn hợp vào nồi và đun nóng, khuấy liên tục. Đổ lên hành tây nhồi, trang trí và dùng.

38. Cà chua nhồi hạt diêm mạch

Năng suất: 4 khẩu phần

Thành phần:

- 4 quả cà chua Beefsteak
- Muối
- 2 cốc hạt diêm mạch nấu chín
- 2 quả dưa chuột muối Kirby;
- ⅓ cốc rau mùi tây tươi thái nhỏ
- ⅓ cốc bạc hà tươi thái nhỏ
- 2 cây hành lá; thái lát mỏng
- $\frac{1}{4}$ cốc nước dùng
- 2 thìa nước cốt chanh tươi
- Ớt Jalapeno tươi

Hướng dẫn:

a) Rắc muối vào bên trong quả cà chua đã khoét rỗng và úp ngược quả cà chua lên giá để ráo nước. Cho hạt diêm mạch, dưa chuột, rau mùi tây, các loại thảo mộc và hành lá vào bát trộn. Làm nước sốt từ nước dùng, nước cốt chanh, ớt jalapeno và trộn với rau và hạt diêm mạch. Nêm muối và hạt tiêu cho vừa ăn.

b) Nhồi salad vào cà chua và phục vụ mỗi người một quả cà chua.

39. Salad Quinoa Quả mọng

Thành phần:

Nước sốt mật ong cam quýt:

- 1 thìa vỏ cam
- 4 thìa nước cam tươi
- 2 thìa nước cốt chanh tươi
- 1 thìa nước cốt chanh tươi
- 1 thìa mật ong
- 1 thìa cà phê bạc hà thái nhỏ
- 1 thìa cà phê húng quế thái nhỏ

Đối với món salad:

- 2 cốc hạt diêm mạch đỏ nấu chín
- 1 1/2 cốc dâu tây cắt đôi
- 1 cốc quả mâm xôi
- 1 cốc quả mâm xôi
- 1 cốc quả việt quất
- 1 cốc hạnh nhân quế rang mật ong
- 1 thìa canh bạc hà thái nhỏ
- 1 thìa canh húng quế thái nhỏ

Hướng dẫn:

a) Đầu tiên, làm nước sốt. Trong một cái bát hoặc lọ nhỏ, trộn đều vỏ cam, nước cam, nước cốt chanh, nước cốt chanh xanh, mật ong, bạc hà và húng quế. Để riêng.

b) Trong một chiếc bát lớn, trộn đều hạt diêm mạch đã nấu chín, dâu tây, quả mâm xôi, quả mâm xôi đen, quả việt quất, hạnh nhân, bạc hà và húng quế. Khuấy nhẹ nhàng. Rưới nước sốt cam mật ong lên trên salad và khuấy nhẹ lần nữa. Phục vụ.

40. Bát ăn nhẹ đậu đen và hạt diêm mạch

Thành phần:

- $\frac{1}{4}$ cốc quinoa (40 g), nấu chín
- $\frac{1}{4}$ cốc đậu đen (40 g)
- $\frac{1}{4}$ cốc hành tây đỏ (35 g), thái hạt lựu
- 2 thìa ngô
- 1 thìa canh rau mùi tươi
- 1 thìa nước cốt chanh
- muối, vừa ăn
- hạt tiêu, vừa ăn

Hướng dẫn:

a) Trộn tất cả các nguyên liệu: trong một cái bát nhỏ.

b) Trộn đều và dùng.

c) Thưởng thức!

41. Quinoa mùa thu và đậu bơ

Thành phần:

- $\frac{1}{2}$ cốc Quinoa
- 2 muỗng canh bơ thực vật
- $\frac{3}{4}$ cốc hành tây thái nhỏ
- $\frac{3}{4}$ cốc nước cam Nước
- 2 thìa mật ong
- $\frac{1}{2}$ thìa cà phê muối
- Rắc rau mùi / thảo quả / hạt nhục đậu khấu
- 1 cốc Khoai lang thái hạt lựu (cỡ 1/2")
- 1 cốc bí ngô thái hạt lựu
- $1\frac{1}{2}$ cốc đậu bơ nấu chín/đóng hộp
- $\frac{1}{4}$ cốc quả nam việt quất thái nhỏ

Hướng dẫn:

a) Đun chảy bơ thực vật trong chảo 2 lít ở mức lửa vừa cao. Thêm hành tây và gừng vào, đảo đều và nấu cho đến khi hành tây mềm.

b) Khuấy đều nước cam, nước, mật ong, muối, rau mùi, thảo quả và hạt nhục đậu khấu; Đun sôi. Cho khoai lang và bí vào khuấy đều; Đun sôi. Nấu không đậy nắp trong 7 phút. Cho đậu bơ và hạt diêm mạch vào khuấy đều rồi đun sôi lại.

c) Giảm nhiệt và đun nhỏ lửa, đậy nắp, trong 15 phút. Khuấy đều quả nam việt quất; đun nhỏ lửa, đậy nắp, thêm 5 phút nữa.

42. Bí ngô mini nướng

Thành phần:

- 8 quả bí ngô nhỏ
- $1\frac{1}{2}$ cốc Sữa và 3 quả trứng
- 1 nhúm muối
- $\frac{1}{2}$ cốc Đường nâu nhạt
- 1 thìa cà phê chiết xuất vani
- $1\frac{3}{4}$ cốc Quinoa nấu chín
- $\frac{1}{2}$ thìa cà phê Quế
- $\frac{1}{4}$ thìa cà phê gia vị bánh bí ngô
- 1 quả táo vừa , gọt vỏ, thái nhỏ
- 6 đến 8 quả sung khô, thái hạt lựu
- $\frac{1}{2}$ cốc hạt hồ đào rang
- 1 cốc kem đặc
- 1 thìa đường mịn
- 1 thìa rượu Brandy

Hướng dẫn:

a) Cho sữa và trứng vào tô trộn lớn rồi đánh đều. Thêm muối, đường, vani và đánh đều lần nữa. Sau đó cho hạt diêm mạch đã nấu chín và các nguyên liệu còn lại vào, trừ kem đặc, đường và rượu mạnh.

b) Nhồi 4-5 thìa nhân vào mỗi quả bí ngô. Đổ 1 inch nước sôi vào đáy chảo và nướng trong 45-60 phút. Dùng máy đánh trứng đánh bông kem và đường cho đến khi bông cứng. Sau đó, khuấy đều rượu mạnh và để sang một bên.

43. Quinoa cơ bản

Năng suất: 1 khẩu phần

Thành phần:

- 1 cốc Quinoa
- 2 cốc nước dùng

Hướng dẫn:

a) Đun sôi nước dùng, cho hạt diêm mạch vào và đun sôi lại.

b) Giảm nhiệt, đậy nắp và đun nhỏ lửa trong 10-15 phút, hoặc cho đến khi chất lỏng được hấp thụ hết và hạt quinoa trở nên trong và mềm. Quinoa cũng có thể được rang trước khi nấu. Thực hiện theo hướng dẫn về hạt kê ở trên.

44. Quinoa bốn mươi carat

Năng suất: 1 khẩu phần

Thành phần:

- 2 thìa bơ
- 1 củ hành tây nhỏ, thái nhỏ
- $\frac{1}{4}$ thìa cà phê bột cà ri
- 2 củ cà rốt nhỏ, gọt vỏ và thái nhỏ;
- $1\frac{2}{3}$ cốc nước dùng gà tươi hoặc đóng hộp
- $\frac{2}{3}$ cốc Quinoa, rửa sạch và để ráo nước
- $\frac{1}{4}$ thìa cà phê thìa là xay
- Muối và hạt tiêu đen xay tươi
- Rau mùi tây tươi cắt nhỏ để trang trí

Hướng dẫn:

a) Đun chảy bơ trong chảo ở mức lửa vừa nhỏ. Thêm hành tây, bột cà ri và cà rốt vào nấu trong 5 phút. Đổ $\frac{2}{3}$ cốc nước luộc gà vào khuấy đều. Đun sôi. Giảm lửa xuống mức trung bình thấp và đậy nắp, nấu trong 20 phút.

b) Dùng thìa có rãnh để lấy rau ra khỏi chảo và xay nhuyễn trong máy xay thực phẩm hoặc máy xay sinh tố. Đổ phần nước dùng còn lại vào chảo, đun sôi.

c) Khuấy quinoa vào, giảm nhiệt và đun nhỏ lửa, đậy nắp, ở mức lửa vừa nhỏ cho đến khi quinoa mềm, khoảng 12 đến 15 phút. Cho thêm thìa là vào và nêm muối, tiêu cho vừa ăn. Rắc thêm mùi tây.

45. Ớt đậu đen và hạt diêm mạch

Năng suất: 8 khẩu phần

Thành phần:

- 1 cốc Quinoa; rửa sạch và để ráo nước
- 1 muỗng canh dầu thực vật
- 1 củ hành tây lớn; thái hạt lựu
- 1 quả ớt chuông xanh; gieo hạt một
- 1 chén cần tây; cắt nhỏ
- 1 quả ớt Jalapeno; gieo hạt và
- 2 quả cà chua; bỏ lõi và thái hạt lựu
- 1 cốc cà rốt; thái hạt lựu
- 32 ounce đậu đen đóng hộp;
- 28 ounce cà chua nghiền đóng hộp
- 1 thìa canh rau mùi tây khô
- Một ít thìa là , rau oregano , hạt tiêu đen , muối
- 4 cây hành lá; cắt nhỏ

Hướng dẫn:

a) Đun nóng dầu trong chảo; thêm hành tây, ớt chuông, cần tây và ớt jalapeño . Xào trong 7 phút ở lửa vừa. Cho thêm cà chua tươi và cà rốt vào khuấy đều; xào trong 3 đến 4 phút.

Cho đậu, cà chua nghiền và gia vị vào khuấy đều; Nấu trong khoảng 25 phút ở lửa nhỏ.

b) Múc ớt vào bát và rắc hành lá lên trên nếu muốn. Làm 8 phần ăn

46. Gà với lúa mạch và hạt diêm mạch

Năng suất: 3 khẩu phần

Thành phần:

- 3 miếng ức gà không da không xương
- 3 cốc nước; Đã chia ra
- $\frac{3}{4}$ cốc lúa mạch ngọc trai
- $\frac{1}{4}$ cốc Quinoa
- Muối; Để nếm thử
- 28 ounce Cà chua thái nhỏ

Hướng dẫn:

a) Cho nửa ức gà, 2 cốc nước, lúa mạch ngọc trai, hạt diêm mạch (bạn cần rửa sạch hạt diêm mạch trước khi cho vào nồi nấu chậm), cà chua thái nhỏ cùng nước ép.

b) Đặt ở mức *CAO* trong 2 giờ (kiểm tra trong thời gian này để đảm bảo chất lỏng không bị nguội)

c) Sau 2 giờ, khuấy đều và chuyển sang chế độ thấp trong 3 giờ, sau đó thêm muối và 1 cốc nước.

47. Thịt gà, hạt diêm mạch và món hầm ngô

Thành phần:

- $2\frac{1}{2}$ cốc hạt ngô đông lạnh
- $\frac{3}{4}$ cốc Orzo
- 1 cốc Quinoa
- 10 cốc nước
- 4 thìa canh nước dùng gà không béo
- 4 miếng ức gà không da không xương
- 2 củ hành tím; Cắt nhỏ
- 1 tép tỏi; Băm nhỏ
- $\frac{1}{2}$ thìa cà phê dầu hạt cải
- 2 lá nguyệt quế
- Cây xạ hương , cây kinh giới , cây kinh giới

Hướng dẫn:

a) Đầu bếp những miếng thịt gà đã chế biến trong dầu hạt cải. Thêm hành tím và tỏi vào và nấu cho đến khi thịt gà không còn màu hồng. Cho hạt ngô đông lạnh và orzo vào nồi súp.

b) Thêm nước dùng gà chay (hoặc nước dùng gà không béo), nước, lá nguyệt quế và gia vị. vào nồi.

c) Đun sôi rồi hạ lửa xuống mức vừa phải. Nấu trong 30 phút.

48. Nghêu với hạt diêm mạch

Năng suất: 1 khẩu phần

Thành phần:

- 24 con nghêu Littleneck
- $\frac{3}{4}$ cốc Hạt diêm mạch
- 3 thìa dầu ô liu
- 1 củ hành tây; thái nhỏ
- 4 tép tỏi; thái nhỏ
- 2 quả ớt Jalapeño
- 1 lá nguyệt quế
- Dash Bột thìa là , hạt tiêu, muối
- 1 thìa canh bột cà chua
- 8 củ khoai tây đỏ nhỏ; chia làm tư
- 1 cốc rượu vang trắng
- 2 tép tỏi; bị cắt nhỏ
- 1 quả ớt chuông đỏ

Hướng dẫn:

a) Đun nóng dầu ô liu ở mức lửa vừa nhỏ. Thêm hành tây vào và xào. Thêm tỏi, ớt, lá nguyệt quế, thìa là và hạt tiêu. Thêm sốt cà chua, nghêu băm nhỏ và khoai tây vào rồi khuấy đều.

b) Đổ 4 ½ cốc nước ngao đã giữ lại vào, đun nhỏ lửa và nấu trong 10 phút. Cho hạt diêm mạch vào và nấu thêm 25 phút nữa, thỉnh thoảng khuấy đều.

c) Trong một chiếc chảo lớn khác, đun sôi một nửa lượng rượu vang trắng trên lửa vừa. Thêm tỏi, muối, hạt tiêu, ớt đỏ thái sợi và ½ cốc nước ngao còn lại vào nấu trong 5 phút, thỉnh thoảng khuấy đều.

d) Thêm cổ vịt vào trong 15 phút.

49. Mùa xuân hạt diêm mạch kem

Năng suất: 1 khẩu phần

Thành phần:

- $1\frac{1}{2}$ cốc hạt diêm mạch chưa nấu chín
- 3 cốc nước dùng gà
- 2 ounce phô mai kem
- 1 muỗng canh tươi thái nhỏ
- 2 thìa bơ thực vật hoặc bơ
- 2 tép tỏi; thái nhỏ
- 5 cốc rau các loại
- 2 thìa phô mai Romano bào

Hướng dẫn:

a) Rửa sạch hạt diêm mạch; làm khô hạn. Đun sôi hạt diêm mạch và nước dùng trong nồi có dung tích 2 lít; giảm nhiệt. Đậy nắp và đun nhỏ lửa trong 10 đến 15 phút hoặc cho đến khi toàn bộ nước dùng được hấp thụ. Cho phô mai kem và húng quế vào khuấy đều.

b) Đun chảy bơ thực vật trong chảo chống dính 10 inch ở mức lửa vừa cao. Phi tỏi trong bơ thực vật khoảng 30 giây, khuấy thường xuyên, cho đến khi có màu vàng.

c) Cho rau vào khuấy đều. Nấu khoảng 2 phút, khuấy thường xuyên, cho đến khi rau giòn và mềm. Trộn đều hỗn hợp rau và hạt diêm mạch. Rắc phô mai Romano lên trên.

50. Quinoa theo phong cách Creole

Thành phần:

- 1 cốc Quinoa
- Muối
- 1 thìa dầu ô liu
- 1 củ hành tây; thái nhỏ
- 3 tép tỏi; băm nhỏ
- ½ quả ớt chuông đỏ
- ½ quả ớt chuông xanh
- 1 quả cà chua chín; thái nhỏ
- Hạt thìa là xay, rau oregano khô
- Rượu vang trắng khô
- Sốt cà chua
- 2 lá nguyệt quế
- Muối và hạt tiêu xay tươi
- 1 cốc đậu đen nấu chín (tùy chọn)
- ¼ cốc rau mùi tây tươi ;

Hướng dẫn:

a) Đun sôi nước, thêm muối cho vừa ăn và cho hạt diêm mạch vào khuấy đều.

b) Đun nóng dầu trong chảo chống dính lớn.

c) Thêm hành tây, tỏi và ớt. Cho cà chua, thìa là Ai Cập và rau oregano vào, nấu trong 1 phút. Đổ rượu vang hoặc nước dùng gà vào, đun sôi.

d) Khuấy đều nước sốt cà chua và lá nguyệt quế. Đun nhỏ lửa cho đến khi nước sốt sánh lại . Cho thêm hạt diêm mạch đã nấu chín, đậu đen nếu dùng và một nửa lượng rau mùi tây vào khuấy đều. Nấu ở lửa vừa trong 5 phút .

51. Nước sốt quinoa bẩn

Năng suất: 4 phần ăn

Thành phần:

- 1 cốc quinoa
- 1 thìa canh dầu thực vật
- 2 thìa canh hành tây thái nhỏ
- 2 thìa canh nấm thái nhỏ
- 1 thìa canh ớt xanh thái nhỏ
- 1 thìa cần tây thái nhỏ
- 1 vụ nổ bayou
- Gan gà 8 ounce
- 2 cốc nước luộc gà; có thể ít hơn
- 1 nhánh mùi tây cắt nhỏ; để trang trí
- 1 nhánh hành lá cắt nhỏ; để trang trí

Hướng dẫn:

a) Đun nóng chảo xào trên lửa lớn, cho hạt diêm mạch và ngũ cốc rang vào, dùng thìa gỗ khuấy đều cho đến khi khô và có mùi thơm, khoảng 3 phút. Đun nóng dầu trong một chiếc chảo lớn, cho hành tây thái nhỏ, nấm, ớt xanh, cần tây, Bayou Blast vào và nấu, đảo và khuấy thường xuyên, cho đến khi mềm, khoảng 5 phút. Thêm gan vào và trộn đều để ngấm đều rau và nước rau.

b) Khuấy đều nước dùng và hạt diêm mạch rang. Đun sôi, đậy nắp và giảm lửa xuống mức rất thấp. Đun nhỏ lửa cho đến khi hạt mềm, khoảng 15 phút. Nếm thử và điều chỉnh gia vị nếu cần.

c) Ăn kèm với rau mùi tây và hành lá.

52. Cơm thập cẩm Quinoa của Vườn Địa Đàng

Năng suất: 6 khẩu phần

Thành phần:

- 2 muỗng canh dầu ngô
- 2 cốc Quinoa
- $\frac{1}{2}$ thìa cà phê quế
- $\frac{1}{4}$ thìa cà phê hạt bạch đậu khấu xay
- $\frac{1}{2}$ cốc hạt thông; hoặc hạnh nhân thái mỏng
- $\frac{1}{2}$ cốc cà rốt; thái hạt lựu
- 1 cốc đậu Hà Lan đã bóc vỏ; HOẶC
- 1 cốc đậu Hà Lan đông lạnh; đã rã đông
- Muối; nếm thử
- $3\frac{1}{2}$ cốc nước nóng

Hướng dẫn:

a) Rang hạt diêm mạch trong dầu trên lửa nhỏ cho đến khi có màu vàng nâu nhạt trong một chiếc chảo nông hoặc chảo sâu. Thêm quế và thảo quả.

b) Khuấy đều và tiếp tục nướng trong 1-2 phút. Thêm các thành phần còn lại trừ nước; Khuấy trong 1 phút. Thêm nước và đun sôi, khuấy đều hai đến ba lần; đun nhỏ lửa.

c) Che phủ; hấp cho đến khi hết nước và hạt diêm mạch trông xốp, khoảng 20 phút.

53. Chorizo nướng trên hạt diêm mạch

Năng suất: 4 phần ăn

Thành phần:

- 3 thìa bơ nhạt
- 1 chén bún nát
- ½ củ hành tây vừa; thái hạt lựu
- 6 cốc nước dùng gà
- 3 cốc Quinoa; hữu cơ nếu có thể
- 2 muỗng canh dầu ô liu
- 1 củ hành tây vừa; lột vỏ và thái sợi
- 4 tép tỏi; lột vỏ và băm nhỏ
- 2 thìa cà phê bột ớt Tây Ban Nha
- 1 thìa cà phê thìa là xay
- 4 quả ớt chuông; đỏ và vàng,
- 2 quả ớt Poblano; rang, lột vỏ
- 1 cốc nước dùng gà
- 6 lớn Liên kết Chorizo

Hướng dẫn:

a) Làm hạt diêm mạch . Thêm bún vào và nấu, khuấy thường xuyên, cho đến khi mì chuyển sang màu vàng nâu. Thêm hành tây vào và xào thêm vài phút nữa cho đến khi hành tây mềm và bắt đầu chuyển sang màu vàng. Thêm nước dùng gà hoặc nước lọc vào đun sôi rồi cho hạt diêm mạch vào.

b) Đun nóng dầu ô liu và cho hành tây thái sợi , tỏi vào, nấu, sau đó cho thêm ớt bột và thìa là vào, nấu trong 1 phút. Thêm ớt chuông thái sợi, ớt chuông xanh và nước dùng gà vào, nấu thêm 10 đến 15 phút hoặc cho đến khi hỗn hợp đặc lại.

c) Nướng các sợi xúc xích chorizo khoảng 8 đến 10 phút trên lửa vừa .

54. Thu hoạch rau và hạt diêm mạch

Thành phần:

- $1\frac{1}{2}$ cốc Quinoa
- 4 cốc nước
- $\frac{1}{2}$ thìa cà phê muối
- 1 củ cải vừa; lột vỏ và thái hạt lựu
- 4 củ cà rốt vừa
- 1 củ cải Thụy Điển nhỏ; lột vỏ và thái hạt lựu
- 1 cốc bí ngô butternut gọt vỏ cắt khối
- 1 thìa dầu ô liu
- 1 củ hành tây vàng nhỏ; thái hạt lựu
- 1 tép tỏi lớn; băm nhỏ
- $\frac{1}{4}$ cốc lá xô thơm tươi thái nhỏ
- Muối và hạt tiêu trắng

Hướng dẫn:

a) Trong một chiếc chảo vừa, trộn hạt diêm mạch đã rửa sạch với nước và muối. Đun sôi, sau đó đun nhỏ lửa, đậy nắp, cho đến khi chín (khoảng 10 phút). Vớt ra, rửa sạch bằng nước lạnh và để riêng.

b) Trộn củ cải, cà rốt, củ cải Thụy Điển và bí trong một chiếc nồi lớn có gắn nồi hấp rau. Hấp rau trong 7 đến 10 phút, hoặc cho đến khi rau mềm.

c) Cho hành tây và tỏi vào chảo chống dính lớn, xào trong dầu cho đến khi hành tây mềm, khoảng 4 phút. Cho lá xô thơm vào và nấu cho đến khi lá xô thơm có màu nâu nhạt và thơm, khoảng 1 đến 2 phút.

d) Cho hạt diêm mạch và rau vào chảo và trộn đều. Thêm muối và hạt tiêu cho vừa ăn, đun nóng nếu cần và dùng nóng.

55. Thịt cừu hầm hạt diêm mạch

Năng suất: 4 phần ăn

Thành phần:

- $1\frac{1}{2}$ pound cà chua mận
- 1 pound Cà tím cứng
- $\frac{1}{4}$ cốc dầu ô liu
- 2 quả ớt chuông đỏ
- 2 củ hành tây vàng
- 1 củ hành tây đỏ,
- 3 củ cà rốt lớn
- 2 pound vai cừu không xương
- 1 pound bí ngòi,
- Quế , thìa là , gừng , hạt tiêu Jamaica
- 6 cốc nước dùng gà
- $\frac{3}{4}$ cốc Quinoa, rửa sạch

Hướng dẫn:

a) Nướng rau ở phần giữa và phần dưới của lò trong 20 phút.

b) Trong khi nướng rau, hãy làm nâu thịt cừu.

c) Đổ dầu vào ấm đun nước và nấu bí, tỏi và gia vị ở mức lửa vừa, khuấy đều trong 2 phút. Đổ thịt cừu trở lại nồi và thêm rau nướng và nước dùng. Đun sôi món hầm và đậy nắp, đun nhỏ lửa trong 1 giờ.

d) Khuấy đều hạt diêm mạch và đun nhỏ lửa, không đậy nắp, thỉnh thoảng khuấy đều, trong 30 phút .

56. Quinoa chanh thảo mộc

Năng suất: 6 khẩu phần

Thành phần:

- 1 cốc Quinoa
- $1\frac{1}{2}$ thìa canh dầu thực vật
- Nước
- $\frac{3}{4}$ thìa cà phê kinh giới khô
- $\frac{1}{2}$ thìa cà phê húng tây khô
- $\frac{1}{4}$ thìa cà phê hương thảo khô
- 3 thìa canh rau mùi tây thái nhỏ
- 2 muỗng canh nước cốt chanh tươi
- $\frac{3}{4}$ thìa cà phê muối
- $\frac{1}{2}$ thìa cà phê vỏ chanh bào
- $\frac{1}{4}$ thìa cà phê hạt tiêu

Hướng dẫn:

a) Đun nóng dầu trong chảo 2 lít ở mức lửa vừa cao. Thêm hạt quinoa đã rửa sạch vào và nấu, khuấy đều, cho đến khi hạt quinoa kêu lách tách và nổ lách tách, khoảng 3 đến 5 phút. Khuấy đều nước, kinh giới, húng tây và hương thảo. Đun sôi, giảm nhiệt và đun liu riu, đậy nắp, trong 15 phút.

b) Cho thêm rau mùi tây, nước cốt chanh, muối, vỏ chanh và hạt tiêu vào khuấy đều.

c) Đun nhỏ lửa, đậy nắp, thêm 5 phút nữa. Dùng nĩa đánh tơi.

57. Cơm thập cẩm quinoa nấu bằng lò vi sóng

Năng suất: 4 phần ăn

Thành phần:

- $\frac{1}{4}$ cốc ớt chuông đỏ; thái hạt lựu
- 2 tép tỏi; băm nhỏ
- 1 củ hành tây nhỏ; cắt nhỏ
- $\frac{3}{4}$ cốc Quinoa
- $1\frac{1}{2}$ cốc nước dùng rau

Hướng dẫn:

a) Cho hạt tiêu, tỏi, hành tây và dầu mè vào bình thủy tinh dung tích 4 cốc.

b) Cho vào lò vi sóng không đậy nắp ở chế độ Cao trong 2 phút và khuấy đều. Thêm hạt diêm mạch và nước dùng vào, quay trong lò vi sóng ở nhiệt độ cao trong 5 phút, khuấy đều. Cho vào lò vi sóng ở mức trung bình (50%) trong 15 phút.

c) Khuấy đều. Cho vào lò vi sóng ở nhiệt độ cao thêm 2 phút nữa hoặc cho đến khi chất lỏng được hấp thụ hết. Hạt phải có màu trắng ngà, có đường viền màu trắng rõ ràng.

d) Dùng nĩa đánh tơi.

58. Quinoa kiểu Ma-rốc

Năng suất: 4 phần ăn

Thành phần:

- 1 cốc Đậu gà luộc
- 1 dải rong biển kombu dài 2 inch, luộc chín
- 3 củ hành tây nhỏ; chia làm tư
- 1 cốc cà rốt; cắt thành từng miếng
- 1 cốc củ cải; cắt thành từng miếng
- 1 thìa cà phê Muối biển
- 2 tép tỏi
- 1 lá nguyệt quế
- $\frac{1}{4}$ thìa cà phê thìa là
- Hạt tiêu; nếm thử
- 2 muỗng canh dầu ô liu
- 2 cốc cải Brussels nguyên cây
- 2 cốc Quinoa , rửa sạch

Hướng dẫn:

a) Đặt hành tây, cà rốt và củ cải lên trên đậu gà và thêm đủ nước hoặc nước dùng để ngập rau. Thêm muối, tỏi, lá nguyệt quế, thìa là, hạt tiêu và dầu ô liu. Đậy nắp và đun sôi. Thêm cải Brussels vào và nấu thêm 10 phút.

b) Đun nóng một chiếc chảo mỏng, cho dầu vào và khuấy liên tục, rang hạt diêm mạch trong 10 phút. Đổ vào nước dùng đang sôi, đậy nắp và đun nhỏ lửa trong 15 đến 20 phút.

59. Cơm thập cẩm nấm và đậu

Thành phần:

- 2 muỗng canh dầu ô liu
- 1 pound nấm trắng
- 1 thìa tỏi băm
- $\frac{1}{4}$ cốc rau mùi tây Ý tươi thái nhỏ
- Muối và hạt tiêu xay tươi, vừa ăn
- 2 muỗng canh dầu ô liu
- 1 cốc Couscous
- 4 cốc nước dùng gà ít natri
- $\frac{1}{2}$ thìa cà phê bột nghệ
- 1 cốc Quinoa , rửa sạch
- 1 chén hành lá thái nhỏ
- 2 cốc đậu Hà Lan đông lạnh
- Lá mùi tây tươi để trang trí
- Phô mai Parmesan bào tươi, vừa ăn

Hướng dẫn:

a) Đun nóng dầu ô liu và xào nấm, thêm tỏi, khuấy đều, cho đến khi có màu nâu nhạt. Cho rau mùi tây vào khuấy đều và nêm muối, tiêu cho vừa ăn. Đun nóng 1 thìa canh dầu ô liu trong một chiếc chảo dày , xào couscous, khuấy đều.

b) Khuấy đều 1 cốc nước dùng đang sôi và nghệ.

c) Đun nóng 1 thìa canh dầu ô liu. và xào hành lá

d) Khuấy đều hạt diêm mạch đã rửa sạch . Thêm nấm, couscous, nước dùng và đậu Hà Lan .

60. Quinoa bẩn

Năng suất: 8 khẩu phần

Thành phần:

- 1 thìa canh dầu ô liu
- 4 ounce Gan gà; thái nhỏ
- 1 chén hành tây thái nhỏ
- ¾ cốc cần tây thái hạt lựu
- ½ chén ớt chuông xanh thái hạt lựu
- 2 muỗng canh hành tím băm nhỏ
- ½ pound thịt xông khói nạc kiểu Canada;
- 2 tép tỏi lớn; băm nhỏ
- 1 lá nguyệt quế
- 3 cốc Hạt diêm mạch; đã rửa sạch
- 1 thìa canh nước sốt Worcestershire
- 2 thìa cà phê Gia vị Creole
- ¼ thìa cà phê nước sốt cay
- 27½ ounce nước dùng gà
- ½ chén hành lá thái lát

Hướng dẫn:

a) Đun nóng dầu ô liu trong chảo lớn ở mức lửa vừa nhỏ. Thêm gan gà vào và xào trong 4 phút hoặc cho đến khi chín. Thêm hành tây và 6 thành phần tiếp theo,

b) Xào trong 3 phút hoặc cho đến khi rau giòn và mềm. Thêm hạt diêm mạch vào và nấu trong 2 phút, khuấy liên tục. Thêm ⅓ cốc nước và 4 nguyên liệu tiếp theo; Đun sôi.

c) Nhấc ra khỏi bếp; Bỏ lá nguyệt quế và cho hành lá thái nhỏ vào khuấy đều.

61. Pintos và quinoa Mexicana

Năng suất: 1 khẩu phần

Thành phần:

- 3 chén ớt chuông thái lát và hành tây
- 3 cốc đậu pinto nấu chín
- 2 cốc Quinoa; rửa sạch để loại bỏ lớp phủ đắng
- 2 cốc ngô ngọt đông lạnh
- 4 tép tỏi
- 2 thìa bột ớt
- 1 thìa cà phê hạt thìa là xay
- 2 thìa cà phê bột oregano
- 1 thìa muối

Hướng dẫn:

a) Đổ hỗn hợp ớt chuông và hành tây vào chảo lớn hoặc nồi gang, nếu dùng loại đông lạnh, xào cho đến khi hầu hết nước cạn, không cần dầu, rau tươi sẽ tự xào trong nước, thêm một thìa dầu ô liu nếu bạn muốn.

b) Thêm thảo mộc và gia vị, xào thêm một hoặc hai phút nữa. Thêm tất cả các nguyên liệu khác, đun nhỏ lửa, đậy nắp và đun nhỏ lửa trong khoảng 20 phút, nhấc bếp ra và để yên, đậy nắp thêm 10 phút nữa.

62. Poblanos với nhân quinoa

Năng suất: 8 khẩu phần

Thành phần:

- 8 quả ớt Poblano cỡ vừa
- 4 cốc nước luộc gà ít natri
- 2 cốc Quinoa
- 2 muỗng canh dầu ô liu
- 3 củ cà rốt; cắt tỉa và thái hạt lựu
- 1 củ hành tây đỏ cỡ vừa; thái hạt lựu
- 1 cốc quả óc chó thái nhỏ; nướng
- 2 thìa canh lá oregano tươi; băm nhỏ
- 6 ounce phô mai dê mềm; đã vỡ vụn
- $\frac{1}{2}$ thìa cà phê muối
- $\frac{1}{4}$ thìa cà phê hạt tiêu xay tươi
- Nước sốt ớt Ancho

Hướng dẫn:

a) Nướng ớt poblano trên lửa gas . Đun sôi nước dùng trong một chiếc chảo vừa, cho hạt diêm mạch vào, khuấy đều và giảm lửa xuống mức liu riu.

b) Đun nóng dầu và cho cà rốt và hành tây vào; đầu bếp .

c) Đổ hỗn hợp cà rốt vào hạt diêm mạch. Cho thêm quả óc chó, rau oregano, phô mai, muối và hạt tiêu vào khuấy đều. Nhồi hỗn hợp hạt diêm mạch vào từng quả ớt; Xếp vào nồi hầm. Làm nóng ớt trong lò cho đến khi ấm và mặt trên hơi giòn, từ 20 đến 30 phút.

d) Làm nước sốt Ancho-Chile . Khi dùng, xếp một quả ớt chuông lên mỗi đĩa, rưới nước sốt xung quanh .

63. Thịt bò Quinoa

Năng suất: 4 khẩu phần

Thành phần:

- 1 cốc Quinoa , rửa sạch và nấu chín
- $\frac{1}{2}$ gói thịt bò nạc ướp gia vị
- $\frac{1}{2}$ củ hành tây lớn; thái hạt lựu
- 2 tép tỏi; băm nhỏ
- $\frac{1}{2}$ quả ớt đỏ; thái hạt lựu
- 1 cốc ngô đông lạnh
- Nước dùng rau hoặc rượu để xào
- $\frac{1}{2}$ thìa cà phê thìa là xay
- $\frac{1}{4}$ thìa cà phê ớt Cayenne
- $\frac{1}{4}$ thìa cà phê hạt tiêu đen xay
- Muối vừa ăn

Hướng dẫn:

a) Cho hành tây và tỏi vào nồi chống dính, xào trong nước dùng rau củ trong hai đến ba phút. Thêm thịt bò nạc vào .

b) Thêm các nguyên liệu còn lại (trừ gia vị) vào nồi gang và khuấy đều trong khi nấu. Thêm hạt diêm mạch. Thêm thảo mộc và gia vị rồi nấu thêm vài phút để làm mềm rau mùi tây.

64. Nhân hạt diêm mạch và trái cây

Năng suất: 5 cốc

Thành phần:

- ¼ pound xúc xích thịt lợn thì là
- 1 củ hành tây lớn, thái nhỏ
- 1 tép tỏi lớn, băm nhỏ
- 1 quả táo xanh chua lớn
- 1 trung bình Lê chín gọt vỏ và thái hạt lựu
- 1 quả cam rốn lớn
- ⅔ cốc nho khô
- ⅔ cốc quả óc chó rang
- 1 thìa canh lá húng tây
- 1 thìa cà phê Hạt rau mùi xay
- 3 cốc hạt diêm mạch nấu chín

Hướng dẫn:

a) Cho xúc xích đã cắt nhỏ vào chảo lớn, xào ở lửa vừa . Đặt sang một bên

b) Cho hành tây và tỏi vào chảo đó và nấu . Cho táo và lê vào khuấy đều .

c) Cắt cam thành từng miếng và cho vào chảo cùng các nguyên liệu còn lại, bao gồm cả xúc xích đã để riêng. Khuấy đều rồi nấu thêm 2 phút nữa. Để sang một bên cho nguội. Có thể chuẩn bị trước và bảo quản lạnh

65. Sốt Quinoa và hạt

Khẩu phần: 1 khẩu phần

Thành phần:

- 1½ cốc hạt diêm mạch nấu chín
- 2 muỗng canh quả óc chó hoặc quả hồ đào
- Cắt nhỏ
- 2 thìa hạt phỉ
- 2 thìa hạt dẻ cười
- 2 lá bạc hà, băm nhỏ
- ⅓ cốc dầu ô liu nguyên chất
- 3 thìa nước cốt chanh
- 1 thìa cà phê hạt tiêu đen

Hướng dẫn:

a) Trộn tất cả các nguyên liệu trong bát trộn và để yên cho đến khi sẵn sàng sử dụng làm nhân hoặc món ăn kèm.

66. món hầm hạt diêm mạch

Năng suất: 6 khẩu phần

Thành phần:

- 1 cốc Quinoa rửa sạch và rang
- 1 muỗng canh Dầu mè ớt cay
- 1 củ hành tây vừa; cắt nhỏ
- 1 tép tỏi, lột vỏ và ép
- 2 thìa cà phê cà ri (tùy chọn)
- 1 cốc cần tây, thái nhỏ
- 1 bó bông cải xanh; cắt nhỏ
- 1 quả cà chua; cắt nhỏ
- 3 thìa Eden Shoyu
- 2 thìa canh giấm gạo lứt Eden

Hướng dẫn:

a) Rang hạt Quinoa đã rửa sạch trong chảo cho đến khi hạt nổ lách tách. Cho hạt Quinoa vào đĩa đựng và thêm nước. Đun nóng dầu, xào hành tây, tỏi và cà ri cho đến khi hành tây trong mờ. Thêm cần tây, bông cải xanh và cà chua, xào nhanh rồi thêm vào Quinoa. Thêm nước tương và giấm gạo lứt.

b) Nướng ở nhiệt độ 350 độ F trong 45 phút.

67. Trứng cá muối Quinoa

Năng suất: 4 1/2 cốc

Thành phần:

- 1 quả cà tím nhỏ (10-12 oz.)
- 1 thìa canh dầu ô liu nguyên chất
- 1 củ hành tây, thái nhỏ
- 1 cốc Quinoa , nấu chín
- 2 cốc nước muối
- 2 tép tỏi, băm nhỏ
- 3 thìa rau mùi, băm nhỏ
- 3 thìa canh rau mùi tây, thái nhỏ
- 4 thìa cà phê (đến 5 thìa cà phê) tamari
- 2 thìa nước cốt chanh hoặc tùy khẩu vị
- Muối và hạt tiêu cho vừa ăn

Hướng dẫn:

a) Nướng cà tím trên khay nướng chống dính trong 40 phút .

b) Cắt đôi quả cà tím theo chiều dọc. Nạo lấy thịt, cẩn thận không làm thủng da, sau đó cho vào máy xay thực phẩm cùng với tỏi, rau mùi, rau mùi tây, nước tương và nước cốt chanh.

c) Nghiền thành hỗn hợp mịn. Khuấy hỗn hợp cà tím vào hạt quinoa. Nêm lại gia vị bằng cách thêm tamari, hạt tiêu hoặc nước cốt chanh cho vừa ăn.

d) Múc "trứng cá muối" trở lại vỏ cà tím .

68. Mì ngô quinoa

Năng suất: 1 khẩu phần

Thành phần:

- ½ cốc bột Quinoa
- ½ cốc bột ngô
- ⅓ cốc bột sắn
- 1 quả trứng
- 1 thìa canh dầu thực vật, tùy chọn
- 1 thìa canh nước

Hướng dẫn:

a) Nó rất dễ vỡ và dễ gãy trong quá trình cán và đùn.

b) Đừng cán quá mỏng mà hãy dùng loại sợi dày hơn như sợi fettuccine thay vì sợi spaghetti.

69. Ngô Quinoa Veracruz

Năng suất: 1 khẩu phần

Thành phần:

- ⅓ cốc hạt kê nguyên hạt
- ⅔ cốc Quinoa , rửa sạch
- ½ cốc nước dùng rau -- hoặc nước
- 1 cốc hành tây thái hạt lựu
- 1 quả ớt đỏ hoặc xanh
- 1 thìa tỏi băm
- 2 cốc cà chua thái hạt lựu
- ¼ thìa cà phê Ớt đỏ xay
- Hạt từ 2 bắp ngô
- 1 hộp đậu Hà Lan đông lạnh
- ½ cốc tươi thái nhỏ Húng quế
- 2 muỗng canh rau mùi tây tươi thái nhỏ
- ½ thìa cà phê Muối , tiêu
- Đậu thận , để ráo nước

Hướng dẫn:

a) Rang hạt kê trong chảo nhỏ ở mức lửa vừa cao cho đến khi có màu vàng nhạt. Thêm 1 cốc nước. Đun sôi; Giảm nhiệt và đun nhỏ lửa cho đến khi mềm, khoảng 25 đến 30 phút. Trong khi đó, đun sôi hạt diêm mạch và 1⅓ cốc nước trong chảo.

b) Đun sôi nước dùng trong chảo lớn. Thêm hành tây, ớt đỏ và tỏi; Nấu cho đến khi mềm, khoảng 5 phút. Thêm cà chua và ớt đỏ xay; Nấu cho đến khi cà chua mềm và ngon ngọt, khoảng 3 phút. Cho ngô, đậu Hà Lan và đậu vào, nấu thêm 1 phút.

c) Nhấc khỏi bếp và cho hạt diêm mạch và hạt kê vào khuấy đều. Cho thêm húng quế, rau mùi tây, muối và hạt tiêu vào khuấy đều.

70. Quinoa Jambalaya

Năng suất: 6 khẩu phần

Thành phần:

- 1 muỗng canh Dầu mè ớt cay
- 1 muỗng canh bột mì nguyên cám
- 1 củ hành tây vừa ; thái hạt lựu
- 1 tép tỏi; băm nhỏ
- 28 ounce Cà chua nghiền
- 1 lá nguyệt quế
- ½ thìa canh húng tây khô
- ¾ thìa cà phê muối biển Lima
- 1 cốc hạt diêm mạch Eden; đã rửa sạch
- 1 quả ớt xanh; thái hạt lựu
- ½ chén rau mùi tây, thái nhỏ
- 1 chén cần tây; cắt nhỏ
- 2 cây hành lá; thái mỏng

Hướng dẫn:

a) Đun nóng dầu trong một chiếc chảo dày. Thêm bột mì vào và khuấy cho đến khi có mùi thơm (3 phút). Thêm hành tây, tỏi, cà chua, lá nguyệt quế, húng tây và muối. Trộn đều và đun nhỏ lửa, đậy nắp trong 10 phút.

b) Thêm nước vào nước dùng. Đun sôi. Thêm hạt diêm mạch, ớt xanh, rau mùi tây, cần tây và hành lá. Đậy nắp và nấu thêm 3-5 phút nữa.

c) Tắt bếp và đậy nắp để yên trong 10 phút. Thêm hạt tiêu. Trộn đều. Phục vụ.

71. Món hầm quinoa tỏi tây

Năng suất: 1 món hầm

Thành phần:

- 2 thìa cà phê Dầu mè chưa tinh chế
- 1 tép tỏi; ép
- 1 cây tỏi tây; cắt nhỏ
- 2 cốc Quinoa AM nấu chín
- 1½ cốc đậu phụ đã loại bỏ nước thừa
- ½ cốc sữa hoặc sữa đậu nành
- 1 cốc vụn bánh mì
- ½ cốc phô mai bào

Hướng dẫn:

a) Xào ba nguyên liệu đầu tiên cho đến khi có màu nâu nhạt. Thêm đậu phụ và hạt Quinoa vào, tiếp tục xào trong 2 phút. Nhấc khỏi bếp và thêm sữa vào, khuấy nhẹ hỗn hợp.

b) Quét một lớp dầu mỏng vào đĩa đựng thịt hầm và rắc một nửa vụn bánh mì lên. Giữ lại phần vụn bánh mì còn lại để rắc lên trên hỗn hợp.

c) Đổ hỗn hợp vào đĩa đựng và rắc vụn bánh mì và phô mai lên trên.

d) Nướng đậy kín trong 20 phút ở nhiệt độ 350 độ F.

e) Bỏ nắp và để phô mai chuyển sang màu nâu. Nêm muối hoặc tamari và hạt tiêu cho vừa ăn.

72. Bữa tối với chảo Quinoa

Năng suất: 4 phần ăn

Thành phần:

- 1 cốc Quinoa
- 15 ounce cà chua
- 15 ounce đậu đóng hộp
- 15 ounce Hominy
- $\frac{1}{2}$ thìa cà phê bột tỏi
- $\frac{1}{2}$ thìa cà phê bột hành tây
- 1 thìa cà phê rau mùi tây khô
- 1 thìa cà phê húng quế khô
- $\frac{1}{2}$ thìa cà phê húng tây khô
- $\frac{1}{2}$ thìa cà phê muối; hoặc nhiều hơn để nếm thử

Hướng dẫn:

a) Rửa sạch hạt diêm mạch (hạt sẽ có vị đắng nếu không rửa sạch) và đun trong lửa nhỏ, đậy nắp trong 15 phút với 2 cốc nước sôi.

b) Cho cà chua, ớt, đậu, ngô, thảo mộc và gia vị vào khuấy đều và đun nóng kỹ.

c) Phục vụ.

73. Ớt nhồi Quinoa

Năng suất: 5 khẩu phần

Thành phần:

- 1 cốc Quinoa , rửa sạch và luộc chín
- 4 lớn hoặc 6 quả ớt xanh cỡ vừa
- 1 củ hành tây vừa; thái hạt lựu
- ½ pound Nấm tươi; cắt lát
- 2 thìa bơ
- 28 ounces Cà chua đóng hộp
- 2 tép tỏi; nghiền nát
- 12 ounce Salsa
- 2 muỗng canh rượu sherry khô
- 10 ounce phô mai Mozzarella

Hướng dẫn:

a) Hấp ớt xanh cho đến khi mềm nhưng không bị nhũn; để riêng.

b) Cho hành tây và nấm vào chảo lớn, xào với bơ. Thêm cà chua, tép tỏi và nước sốt salsa. Nấu ở lửa vừa trong 10 phút. Thêm rượu sherry; Đun nhỏ lửa thêm 10 phút nữa. Cho thêm hạt diêm mạch vào.

c) Cho ớt vào đĩa nướng; Nhồi hỗn hợp hạt diêm mạch vào ớt chuông. Sẽ cần khoảng một nửa hỗn hợp. Lọc phần nước còn lại và rưới lên ớt. Rắc phô mai lên ớt chuông. Nướng ở nhiệt độ 325 độ F.

74. Quinoa cải xanh rabe

Năng suất: 5 khẩu phần

Thành phần:

- 1 cốc Quinoa
- 1 lon (14 1/2 Oz.) Nước dùng gà
- 2 muỗng canh dầu ô liu nguyên chất
- $\frac{1}{2}$ chén hành tây thái nhỏ
- 1 thìa tỏi băm
- 1 bó lớn cải xanh rabe
- $\frac{1}{4}$ thìa cà phê băm nhỏ
- $\frac{1}{4}$ thìa cà phê ớt bột đỏ

Hướng dẫn:

a) Rang hạt diêm mạch trong chảo chống dính ở mức lửa vừa nhỏ, khuấy đều, trong 5 phút. Đun sôi nước dùng và nước trong một chiếc chảo vừa; Khuấy đều với hạt diêm mạch.

b) Giảm nhiệt xuống mức trung bình-thấp; Đậy nắp và đun nhỏ lửa trong 12 đến 15 phút cho đến khi chất lỏng được hấp thụ hết và hạt quinoa mềm. Dùng nĩa đánh tơi và cho vào bát lớn; Đậy kín và giữ ấm.

c) Đun nóng dầu trong chảo chống dính lớn ở mức lửa vừa cao. Thêm hành tây và tỏi; Nấu trong 3 phút. Cho bông cải xanh, muối và ớt đỏ vào khuấy đều. Nấu cho đến khi bông cải xanh mềm, khoảng 5 đến 7 phút. Khuấy rau vào hạt quinoa.

75. Quinoa với đậu xanh

Năng suất: 4 khẩu phần

Thành phần:

- 1 cốc nước
- 1 cốc Quinoa , rửa sạch
- $\frac{3}{4}$ pound đậu xanh
- 1 cốc cà chua mận
- $\frac{1}{2}$ thìa cà phê tỏi; băm nhỏ
- $\frac{3}{4}$ thìa cà phê muối; hoặc nếm thử
- $\frac{1}{2}$ chén húng quế; tươi, thái nhỏ
- 2 thìa nước cốt chanh; tươi

Hướng dẫn:

a) Đun sôi nước trong nồi áp suất. Thêm hạt diêm mạch, đậu xanh, cà chua, tỏi và muối.

b) Khóa chặt nắp lại. Đun ở lửa lớn, tăng áp suất và nấu trong 1 phút. Để áp suất giảm xuống tự nhiên trong 10 phút.

c) Xả nhanh mọi áp lực còn lại. Mở nắp, nghiêng nắp ra xa bạn để hơi nước dư thừa có thể thoát ra ngoài.

d) Khuấy húng quế và nước cốt chanh vào và đánh tơi hạt quinoa ngay trước khi dùng. Thích hợp dùng nóng, ở nhiệt độ phòng hoặc lạnh.

76. Quinoa với nho đen

Năng suất: 1 khẩu phần

Thành phần:

- $1\frac{3}{4}$ cốc Quinoa , rửa sạch
- 2⅔ cốc nước dùng rau (hoặc nước)
- 4 cây tỏi tây nhỏ
- $\frac{1}{2}$ cốc cà chua đóng hộp
- 5 muỗng canh nho đen
- 1 thìa canh thìa là xay
- 1 thìa quế
- 1 thìa cà phê bột tỏi
- $\frac{1}{2}$ thìa cà phê nghệ

Hướng dẫn:

a) Cho tỏi tây vào chảo chống dính và nấu cho đến khi mềm và giảm bớt. Thêm gia vị vào tỏi tây và khuấy cho đến khi trộn đều.

b) Thêm hạt diêm mạch vào và nấu trong vài phút.

c) Thêm nước dùng [, nho khô,] và cà chua, đun sôi, hạ nhỏ lửa và đun liu riu, đậy nắp, trong 15-20 phút cho đến khi chín.

77. Quinoa với nước sốt nấm hương

Năng suất: 8 khẩu phần

Thành phần:

- 1 gói Hạt diêm mạch; đã rửa sạch
- 1 gói Nấm hương Eden
- 1 củ hành tây vừa
- 4 cốc nước
- $\frac{1}{4}$ cốc Nước tương hữu cơ Eden
- 3 muỗng canh Kudzu
- 2 muỗng canh Giấm gạo lứt

Hướng dẫn:

a) Nấu hạt Quinoa theo hướng dẫn trên bao bì. Ngâm nấm hương cho đến khi mềm trong khoảng 30-45 phút. Đun sôi 2 cốc nước.

b) Khi nấm hương mềm, bỏ cuống và cắt lát. Đổ nước ngâm và nấm hương vào nước sôi và nấu trong 30 phút. Thêm hành tây thái mỏng vào, nấu thêm 5 phút. Thêm phần nước và nước tương còn lại, đun sôi, cho bột sắn dây đã hòa tan vào khuấy đều, tắt bếp. Chất lỏng sẽ đặc lại và trở nên trong suốt.

c) Ăn kèm với Quinoa. Trang trí với hành lá cắt nhỏ.

78. Quinoa với cà chua

Năng suất: 4 khẩu phần

Thành phần:

- 1 cốc Quinoa
- 1 thìa bơ
- 8 quả cà chua phơi khô
- 2 củ hành tím; băm nhỏ
- 1 tép tỏi; băm nhỏ
- 2 cốc nước dùng gà đã tách béo
- 1 nhúm ớt cayenne
- 2 muỗng canh rau mùi tây tươi thái nhỏ
- Muối và hạt tiêu đen xay tươi

Hướng dẫn:

a) Cho hạt diêm mạch vào rây lưới mịn và rửa sạch dưới vòi nước ấm trong 15 phút. Đun nóng bơ trong một chiếc chảo vừa, nặng. đun chảo ở mức lửa vừa. nhiệt. Thêm cà chua, hành tím và tỏi vào xào trong 3-5 phút, hoặc cho đến khi hành tím mềm.

b) Thêm nước dùng hoặc nước lọc vào và đun sôi. Khuấy đều hạt diêm mạch và ớt cayenne, đun sôi trở lại, sau đó giảm lửa xuống mức thấp và đun liu riu, đậy nắp, trong khoảng 30 phút hoặc cho đến khi chất lỏng được hấp thụ hết.

c) Để yên trong 5 phút, sau đó dùng nĩa đánh tơi các hạt để tách rời. Cho thêm rau mùi tây tươi vào và nêm muối, tiêu.

79. Hạt diêm mạch bí nhồi

Khẩu phần: 1 khẩu phần

Thành phần:

- 6 quả bí Acorn nhỏ
- 6 cốc nước
- 1 cốc gạo lứt nấu chín
- 1 cốc quinoa , rửa sạch và nấu chín
- 2 thìa dầu thực vật
- 4 cây hành lá; cắt nhỏ
- ½ chén cần tây thái nhỏ
- 1 thìa cà phê cây xô thơm khô
- ½ cốc quả nam việt quất khô
- ⅓ cốc mơ khô; cắt nhỏ
- ⅓ quả hồ đào hoặc quả óc chó cắt nhỏ
- ½ cốc nước cam tươi; lên đến 3/4
- Muối vừa ăn

Hướng dẫn:

a) Xếp các nửa quả bí đã cắt xuống đĩa nướng hoặc khay rang. Nướng cho đến khi mềm, khoảng 25 đến 30 phút.

b) Đun nóng dầu trong chảo sâu lớn ở mức lửa vừa. Thêm hành lá, cần tây và xô thơm . Thêm trái cây khô và các loại hạt vào, khuấy đều và nấu cho đến khi nóng đều. Dùng nĩa xới tơi hạt diêm mạch và gạo lứt, sau đó cho cả hai vào chảo. Thêm nước cam vào và trộn cho đến khi nóng đều. Nêm muối

80. Hạt diêm mạch Và món đậu phụ hầm

Năng suất: 5 phần ăn

Thành phần:

- $1\frac{1}{2}$ cốc đậu phụ
- 2 thìa dầu mè
- 1 tép tỏi; ép
- 1 cây tỏi tây; cắt nhỏ
- 2 cốc Quinoa; đã nấu chín
- 1 thìa cà phê Muối biển HOẶC
- 2 thìa Shoyu
- một chút hạt tiêu đen
- 1 cốc vụn bánh mì nguyên cám
- 1 cốc sữa đậu nành

Hướng dẫn:

a) Đun nóng một chiếc chảo lớn hoặc chảo xào và thêm dầu. Thêm tỏi và tỏi tây vào. Xào cho đến khi có màu nâu nhạt. Thêm hạt diêm mạch, sau đó là đậu phụ, xào trong 2 phút sau mỗi lần thêm. Thêm gia vị.

b) Quét dầu vào đĩa đựng thức ăn. Thêm $\frac{1}{2}$ cốc vụn bánh mì và xoay đĩa đựng để phủ đều.

c) Nhẹ nhàng thêm hỗn hợp quinoa. Nhấn một lỗ sâu vào giữa hạt quinoa rồi đổ sữa đậu nành vào. Phủ phần vụn bánh mì còn lại lên trên.

d) Đậy nắp và nướng trong 20 phút. Mở nắp và tiếp tục nướng thêm khoảng 10 phút nữa.

81. Salad hạt diêm mạch

Năng suất: 6 khẩu phần

Thành phần:

- $\frac{3}{4}$ pound hạt diêm mạch, nấu chín
- $\frac{1}{4}$ cốc nước cốt chanh tươi
- 1 thìa cà phê hạt tiêu, muối biển
- 1 quả ớt Serrano
- $\frac{1}{2}$ cốc Dầu ô liu
- 1 quả dưa chuột vừa; lột vỏ, bỏ hạt
- 1 quả cà chua cỡ vừa; hạt giống
- 4 ounce phô mai Feta; đã vỡ vụn
- 6 cây hành lá; chỉ có phần màu trắng
- $\frac{1}{2}$ bó bạc hà tươi

Hướng dẫn:

a) Trong một cái bát nhỏ, trộn nước cốt chanh, hạt tiêu, muối và ớt Serrano thái nhỏ. Đánh đều hỗn hợp, sau đó rưới thêm dầu ô liu, đánh cho đến khi hòa quyện hoàn toàn. Trong một chiếc bát lớn, trộn đều hạt diêm mạch đã nguội với dưa chuột, cà chua, phô mai feta, hành lá, rau mùi tây và bạc hà. Trộn đều .

b) Cho vào lá radicchio, dùng chúng làm cốc, và trang trí theo ý thích với nụ bạch hoa, trứng cút, phô mai feta và ô liu.

82. Quinoa đỏ thắm

Năng suất: 4 khẩu phần

Thành phần:

- 2 cốc nước dùng rau
- 1 củ cải đường rất nhỏ; đã lột vỏ
- 1 cốc hạt diêm mạch nhập khẩu
- 1 thìa canh dầu ô liu nguyên chất
- 1 thìa nước cốt chanh tươi
- ½ thìa cà phê vỏ chanh tươi
- Muối biển
- Hạt tiêu đen xay tươi; nếm thử
- 1 thìa canh hẹ tươi băm nhỏ;
- Rau xà lách
- Ô liu đen
- Phi lê cá cơm
- Kem chua

Hướng dẫn:

a) Đun sôi nước dùng trong một chiếc chảo vừa trên lửa lớn. Thêm củ cải đường, hạt diêm mạch, dầu, nước cốt chanh, vỏ chanh, muối và hạt tiêu rồi đun sôi lại.

b) Đậy nắp, giảm nhiệt và đun liu riu trong 12 phút hoặc cho đến khi nước dùng được hấp thụ hết. Đậy kín, để yên trong 5 phút.

c) Múc ra bát, trang trí bằng lá hẹ và dùng ngay; hoặc để lạnh, sau đó dùng như một món salad với rau xanh, trang trí bằng ô liu đen, phi lê cá cơm và một ít kem chua.

83. Timbales quinoa tẩm gia vị

Năng suất: 1 khẩu phần

Thành phần:

- 1 cốc Quinoa
- 1 củ hành tây nhỏ; băm nhỏ
- 1 thìa canh dầu ô liu
- 1 thìa cà phê thìa là xay
- ½ thìa cà phê quế
- ¼ thìa cà phê nghệ; tròn
- 1 cốc nước dùng gà
- ⅓ cốc nho khô hoặc nho khô
- ¼ cốc cà chua đóng hộp thái nhỏ
- 3 thìa canh lá mùi tây tươi thái nhỏ

Hướng dẫn:

a) Cho hành tây vào chảo nặng, đảo đều trong dầu ở mức lửa vừa nhỏ cho đến khi hành mềm, thêm thìa là, quế và nghệ vào, đảo đều và nấu hỗn hợp trong 30 giây. Thêm hạt diêm mạch vào và nấu hỗn hợp, khuấy đều trong 1 phút.

b) Thêm nước dùng, nước lọc, nho khô, cà chua và muối rồi đun nhỏ lửa hỗn hợp, đậy nắp, trong 15 phút hoặc cho đến khi chất lỏng được hấp thụ hết.

c) Chia hỗn hợp quinoa vào 6 khuôn timbale ½ cốc đã phết bơ, đóng chặt và úp ngược timbale lên đĩa.

84. Măng tây với hạt diêm mạch

Năng suất: 4 khẩu phần

Thành phần:

- 1 cốc Quinoa , nấu chín
- 2 cốc nước
- 1 pound Măng tây tươi
- 2 thìa dầu ô liu
- Muối và hạt tiêu; nếm thử

Hướng dẫn:

a) Đun nóng dầu trong chảo rán cỡ vừa.

b) Thêm măng tây, muối và hạt tiêu. Khuấy liên tục cho đến khi măng tây mềm nhưng vẫn hơi giòn (khoảng 5 phút)

c) Trộn hạt diêm mạch và măng tây hoặc dùng riêng nếu muốn.

85. Cơm thập cẩm Quinoa với ngô

Năng suất: 2 phần ăn

Thành phần:

- $1\frac{1}{2}$ cốc nước
- 1 thìa canh nước dùng rau củ ăn liền
- 1 cốc Quinoa , rửa sạch
- $\frac{3}{4}$ pound Khoai tây vỏ mỏng
- 1 thìa cà phê hạt thì là
- $\frac{1}{2}$ thìa cà phê muối; hoặc nhiều hơn để nếm thử
- 1 cốc ngô đông lạnh; đã rã đông
- $\frac{1}{2}$ chén ớt chuông đỏ rang thái hạt lựu
- $\frac{1}{4}$ cốc rau mùi tươi thái nhỏ

Hướng dẫn:

a) Đun sôi nước và bột nêm trong một chiếc chảo vừa dày trên lửa lớn. Cho hạt diêm mạch, khoai tây, thìa là Ai Cập và muối vào, đậy nắp và đun nhỏ lửa trong 10 phút. Thêm ngô

b) Nêm thêm muối nếu cần và cho thêm ớt đỏ và rau mùi vào khuấy đều.

c) Súp hạt diêm mạch Tex-Mex: Khuấy phần thức ăn thừa vào nồi nước dùng rau. Làm tươi mới hơn bằng cách vắt một ít chanh.

86. Quinoa xào với cam

Năng suất: 4 khẩu phần

Thành phần:

- ⅓ cốc Quinoa , nấu chín
- 2 thìa dầu ô liu
- 1 củ hành tây; cắt nhỏ
- 3 củ cà rốt; bào
- 2 tép tỏi; băm nhỏ
- $\frac{1}{2}$ thìa cà phê thìa là xay
- 1 cốc đậu gà đóng hộp
- $\frac{1}{2}$ cốc nước cam
- $\frac{1}{4}$ cốc nho khô
- $\frac{1}{4}$ thìa cà phê muối
- $\frac{1}{8}$ thìa cà phê quế
- 1 thìa canh rau mùi thái nhỏ

Hướng dẫn:

a) Đun nóng dầu trong chảo chống dính cỡ vừa. Thêm hành tây; nấu, khuấy đều khi cần, cho đến khi mềm, khoảng 5 phút. Thêm cà rốt, tỏi và thìa là; nấu, khuấy đều nếu cần, cho đến khi cà rốt héo, khoảng 2 phút.

b) Cho hạt diêm mạch, đậu gà, nước cam, nho khô, muối và quế vào khuấy đều; Đậy nắp và nấu cho đến khi nước ngấm hết và hương vị hòa quyện, khoảng 10 phút. Cho rau mùi vào khuấy đều.

87. Bánh tortilla rau củ và hạt diêm mạch

Năng suất: 16 khẩu phần

Thành phần:

- 1 cốc nước
- ½ cốc hạt diêm mạch; rửa sạch và nấu chín
- 2 củ hành tím nhỏ; băm nhỏ
- ½ cốc Cà rốt nạo nhỏ
- ½ chén ớt đỏ băm nhỏ
- 1 quả trứng lớn
- ¾ cốc yến mạch nấu nhanh
- ¾ cốc bột mì nguyên cám làm bánh ngọt
- ¾ cốc bột mì trắng chưa tẩy trắng
- ⅓ cốc phô mai Parmesan bào
- ½ thìa cà phê muối
- ½ thìa cà phê lá oregano khô nghiền nát

Hướng dẫn:

a) Trộn đều hành tím, cà rốt, ớt đỏ và trứng. Thêm hạt diêm mạch ấm, bột yến mạch, bột mì, phô mai, muối và lá oregano. Trộn cho đến khi bột hòa quyện vào nhau .

b) Nặn bột thành hình trụ, để bột nghỉ.

c) Sử dụng máy ép bột hoặc cán bột, nặn từng phần thành những miếng tròn mỏng có đường kính 6 inch. Nướng mặt đầu tiên trong 30 giây.

d) Lật và nướng mặt thứ hai trong 1 phút, sau đó lật lại mặt thứ nhất và nướng thêm 30 giây nữa.

88. Quinoa và bí kuri

Khẩu phần: 1 khẩu phần

Thành phần:

- Rượu vang trắng hoặc nước dùng chay
- 1 củ hành tây vừa , thái nhỏ
- 8 đến 10 nấm, thái lát
- 1 quả ớt chuông lớn, thái hạt lựu
- 1 quả ớt Jalapeno
- 1 quả bí ngòi nhỏ, thái hạt lựu
- 2 tép tỏi, băm nhỏ
- 3 cốc nước
- $1\frac{1}{2}$ cốc Quinoa, rửa sạch
- 2 cốc bột cà ri đỏ đã bóc vỏ và thái hạt lựu,
- Bí ngô, hoặc mùa đông khác bí ngòi
- 1 cốc cải xoăn hoặc rau diếp xoăn thái nhỏ
- 2 muỗng canh rau mùi tây tươi
- Muối , hạt tiêu

Hướng dẫn:

a) Làm nóng lò ở nhiệt độ 400 độ. Xào hành tây, nấm, ớt chuông, bí xanh và tỏi với rượu hoặc nước dùng trong khoảng 5 phút.

b) Khuấy phần nguyên liệu còn lại vào và đun sôi.

c) Đổ hỗn hợp vào đĩa đựng có kích thước 9x13 và đậy nắp. Nướng cho đến khi nước cạn, khoảng 35 đến 40 phút. Lấy ra khỏi lò và dùng nĩa đánh tơi. Để yên 5 phút trước khi dùng.

89. Hạt diêm mạch hương thảo óc chó

Năng suất: 6 khẩu phần

Thành phần:

- 1 thìa canh dầu mè
- 1 củ hành tây nhỏ
- $1\frac{1}{4}$ cốc Quinoa, rửa sạch
- 1 quả ớt chuông đỏ nhỏ, thái hạt lựu
- 3 cốc nước
- 1 thìa nước tương Tamari
- 1 thìa cà phê hương thảo tươi HOẶC
- $\frac{1}{2}$ thìa cà phê hương thảo khô
- 1 cốc đậu Hà Lan tươi hoặc đông lạnh
- $\frac{1}{2}$ cốc quả óc chó, thái nhỏ

Hướng dẫn:

a) Làm nóng lò ở nhiệt độ 350 độ. Đun nóng dầu trong chảo rồi cho hành tây và hạt diêm mạch vào. Xào ở lửa vừa, khuấy liên tục trong 3 phút.

b) Thêm ớt chuông đỏ vào và xào thêm 2 phút. Thêm nước, nước tương và hương thảo. (Nếu sử dụng đậu Hà Lan tươi, hãy thêm vào ngay.) Đun sôi nguyên liệu; Đậy nắp và đun nhỏ lửa trong 15 phút.

c) Trong khi đó, rang quả óc chó trong lò ở nhiệt độ 350 độ trong 5 phút. Khi hạt diêm mạch đã chín, tắt bếp và trộn thêm quả óc chó và đậu Hà Lan đông lạnh.

90. Cơm gạo lứt với hạt diêm mạch

Năng suất: 3 phần ăn

Thành phần:

- $2\frac{1}{2}$ cốc nước
- 1 thìa nước tương
- $\frac{1}{2}$ chén gạo lứt, rửa sạch và ngâm
- $\frac{1}{2}$ cốc Quinoa

Hướng dẫn:

a) Đổ nước và nước tương vào nồi và đun sôi ở mức lửa vừa cao. Thêm gạo lứt vào, đậy nắp, giảm nhiệt và đun nhỏ lửa trong 30 phút.

b) Thêm hạt diêm mạch, đậy nắp và đun nhỏ lửa thêm 20 phút hoặc cho đến khi nước cạn hết.

c) Nhấc ra khỏi bếp và đậy nắp để hấp trong 5 phút. Dùng nĩa đánh tơi.

91. Quinoa tabbouleh

Thành phần:

- $1\frac{1}{2}$ cốc Kiwi Quinoa, chưa nấu chín
- $1\frac{1}{2}$ cốc thảo mộc tươi (rau mùi tây, bạc hà và/hoặc rau mùi)
- 1/2 củ hành tím nhỏ hoặc 2 củ hành lá, thái nhỏ
- Nước ép của 2 quả chanh
- 1/3 cốc dầu ô liu nguyên chất Muối và hạt tiêu cho vừa ăn

Hướng dẫn:

a) Rửa sạch $1\frac{1}{2}$ cốc Kiwi Quinoa và cho vào nồi cùng 6 cốc nước. Đậy nắp và đun sôi. Giảm lửa xuống mức liu riu trong khoảng 20 phút hoặc cho đến khi phần đuôi hạt diêm mạch chảy ra. Lọc bớt nước thừa và để nguội.

b) Trong một bát nhỏ hơn, trộn đều các loại thảo mộc tươi cắt nhỏ, hành tây đỏ và nước cốt chanh - ướp trong 5 phút rồi thêm dầu ô liu. Trộn hỗn hợp thảo mộc và Kiwi Quinoa rồi trộn đều.

c) Nêm muối và hạt tiêu cho vừa ăn (thêm nước cốt chanh hoặc dầu ô liu nếu cần). Có thể giữ được 2 đến 3 ngày trong tủ lạnh.

92. Salad Quinoa giòn và thảo mộc

Thành phần:

- 1 bó rau mùi, thái nhỏ
- $\frac{1}{2}$ bó rau mùi tây, thái nhỏ
- $\frac{1}{2}$ củ hành tây đỏ, thái hạt lựu
- 1 cốc Kiwi Quinoa, chưa nấu chín
- $\frac{1}{2}$ cốc đậu lăng (chưa nấu chín)
- 2 thìa hạt bí ngô rang
- 2 thìa hạnh nhân lát rang
- 2 thìa hạt thông rang
- 2 thìa hạt hướng dương rang
- 2 thìa nụ bạch hoa baby
- $\frac{1}{2}$ cốc nam việt quất hoặc nho đen
- 1 thìa canh giấm rượu đỏ
- 3 thìa canh dầu ô liu nguyên chất Muối biển vừa ăn
- 1 cốc sữa chua Hy Lạp đặc
- 1 thìa cà phê thìa là xay
- 1 thìa mật ong

Hướng dẫn:

a) Rửa sạch 1 cốc Kiwi Quinoa và cho vào nồi cùng 5 cốc nước. Đậy nắp và đun sôi. Giảm lửa xuống mức liu riu trong khoảng 20 phút hoặc cho đến khi phần đuôi hạt diêm mạch chảy ra. Lọc bớt nước thừa, để nguội.

b) Luộc đậu lăng trong nước sôi cho đến khi mềm. Rửa sạch và để nguội.

c) Trộn sữa chua, thìa là và mật ong cho đến khi hòa quyện. Dùng một ít nước sôi để làm tan mật ong nếu mật ong ở dạng rắn.

d) Cho rau mùi, mùi tây, hành tây đỏ, hạt diêm mạch, đậu lăng, các loại hạt và hạt rang, nụ bạch hoa, quả nam việt quất (hoặc nho đen), giấm rượu đỏ và dầu ô liu vào một chiếc bát vừa. Trộn đều, nêm nếm cho vừa ăn.

e) Cho vào đĩa đựng và rắc sữa chua thìa là lên trên.

93. Ớt với Quinoa

PHỤC VỤ 6-8 NGƯỜI

Thành phần:

- 1 cốc Kiwi Quinoa, chưa nấu chín
- 1 thìa canh dầu ô liu nguyên chất
- 1 củ hành tây lớn, đỏ hoặc nâu, thái hạt lựu
- 1 quả ớt chuông đỏ, thái hạt lựu
- 4 tép tỏi, giã nát
- 800g cà chua thái hạt lựu hoặc rây
- 2 thìa canh sốt cà chua
- 2 cốc nước dùng rau
- 2 thìa bột ớt
- 2 thìa cà phê thìa là xay
- 2 thìa bột ca cao
- 2 thìa cà phê ớt bột
- 1 thìa cà phê rau mùi xay
- 1 thìa cà phê ớt cayenne (nếu bạn thích cay!) Muối và hạt tiêu

- 2 hộp đậu thận 400g, để ráo và rửa sạch
- 1 hộp đậu đen 400g, để ráo và rửa sạch
- 1 hộp 400g hạt ngô hoặc ngô tươi nếu đang vào mùa
- ½ chén rau mùi, thái nhỏ Nước cốt của 1 quả chanh

ĐỂ PHỤC VỤ:

- Kem chua (tùy chọn)
- Phô mai bào sợi ngon (tùy chọn) Lá rau mùi

Hướng dẫn:

a) Rửa sạch 1 cốc Kiwi Quinoa và cho vào nồi cùng 5 cốc nước. Đậy nắp và đun sôi. Giảm lửa xuống mức liu riu trong khoảng 20 phút hoặc cho đến khi phần đuôi hạt diêm mạch chảy ra. Lọc bỏ phần nước thừa, để riêng.

b) Đun nóng dầu trong chảo lớn trên lửa lớn. Thêm hành tây vào và nấu, khuấy đều, trong 4 phút hoặc cho đến khi hành tây mềm. Thêm tỏi và ớt chuông vào và nấu thêm một phút nữa.

c) Thêm cà chua thái hạt lựu, sốt cà chua, hạt diêm mạch Kiwi nấu chín, nước dùng, bột ớt, thìa là Ai Cập, ca cao, ớt bột, rau mùi, ớt cayenne và nêm muối, hạt tiêu cho vừa ăn. Đun sôi hỗn hợp cho đến khi sôi, sau đó giảm lửa xuống mức liu riu. Đun nhỏ lửa trong 30 phút.

d) Thêm đậu thận, đậu đen, ngô, rau mùi tươi và chanh vào và nấu cho đến khi nóng đều.

e) Dùng nóng và trang trí với lá rau mùi tươi, kem chua và/hoặc phô mai bào ngon tùy theo sở thích.

94. Bát ăn sáng Quinoa dừa

Dành cho 4 người

Thành phần:

- 1 thìa canh (14 g) dầu dừa
- $1\frac{1}{2}$ cốc (265 g) hạt diêm mạch đỏ hoặc đen, rửa sạch
- (14 ounce, hoặc 392 g) có thể không đường sữa dừa nhạt, cộng thêm nhiều hơn để phục vụ
- cốc (470 ml) nước
- Muối biển mịn
- thìa canh (40 g) mật ong, xi-rô agave hoặc xi-rô cây phong
- 2 thìa cà phê (10 ml) chiết xuất vani
- Sữa chua dừa
- Quả việt quất
- Quả kỷ tử
- Hạt bí ngô rang
- Dừa nạo rang không đường

Hướng dẫn:

a) Đun nóng dầu trong chảo ở mức lửa vừa. Thêm hạt diêm mạch vào và rang trong khoảng 2 phút, khuấy đều. Từ từ đổ lon nước cốt dừa, nước và một chút muối vào khuấy đều. Lúc đầu, hạt quinoa sẽ sủi bọt và trào ra nhưng sẽ nhanh chóng lắng xuống.

b) Đun sôi, sau đó đậy nắp, giảm lửa xuống mức thấp và đun liu riu cho đến khi hỗn hợp đạt độ sánh mịn, khoảng 20 phút. Nhấc khỏi bếp và khuấy đều với mật ong, xi-rô agave hoặc xi-rô cây phong và vani.

c) Khi dùng, chia hạt quinoa vào bát. Thêm nước cốt dừa, sữa chua dừa, quả việt quất, quả kỷ tử, hạt bí ngô và dừa nạo lên trên.

95. Bát Quinoa đậu gà Za'atar

Dành cho 4 người

Thành phần:

- 4 củ cà rốt vừa
- 3 thìa canh (45 ml) dầu bơ hoặc dầu ô liu nguyên chất, chia đều
- Muối Kosher và hạt tiêu đen xay tươi
- 1 cốc (175 g) hạt diêm mạch, rửa sạch
- 2 cốc (470 ml) nước
- 2 thìa cà phê (10 ml) giấm táo
- 6 cốc (420 g) cải xoăn cắt nhỏ, chia đều
- $\frac{1}{2}$ củ hành tây vàng, thái hạt lựu
- $1\frac{1}{2}$ cốc đậu gà, để ráo và rửa sạch
- 2 thìa cà phê (4 g) za'atar
- 1 thìa cà phê (2 g) thìa là xay
- 2 củ cải đường, gọt vỏ và thái lát mỏng
- $\frac{3}{4}$ cốc (180 ml) Nước sốt sữa chua ngò rí
- Hạt vừng

Hướng dẫn:

a) Làm nóng lò ở nhiệt độ 400°F (200°C hoặc mức gas 6).

b) Gọt vỏ và cắt cà rốt thành lát dày $\frac{1}{4}$ inch (6 mm).

c) Trộn với 1 thìa canh (15 ml) dầu ăn, muối và hạt tiêu rồi xếp thành một lớp trên khay nướng có viền. Rang cho đến khi thịt chín mềm và chuyển sang màu nâu ở các cạnh, khoảng 20 phút, lật mặt sau khi nướng được một nửa thời gian.

d) Trong khi đó, trộn quinoa, nước và một chút muối trong một chiếc chảo vừa. Đun sôi, sau đó giảm lửa xuống mức thấp, đậy nắp và đun liu riu cho đến khi mềm, khoảng 15 phút.

e) Nhấc nồi ra khỏi bếp, cho giấm và 2 cốc (140 g) cải xoăn vào khuấy đều, sau đó hấp trong khi đậy nắp trong khoảng 5 phút.

f) Trong khi đó, đun nóng 2 thìa canh (30 ml) dầu còn lại trong chảo lớn ở mức lửa vừa. Thêm hành tây vào và nấu, khuấy đều thỉnh thoảng, cho đến khi hành tây mềm. Cho đậu gà, za'atar, thìa là Ai Cập, muối và hạt tiêu vào khuấy đều. Đun, khuấy đều thỉnh thoảng, cho đến khi đậu gà nóng đều và có mùi thơm, khoảng 5 phút.

g) Khi dùng, chia hạt quinoa vào bát. Phủ lên trên đậu gà, cà rốt, 4 cốc cải xoăn còn lại (280 g) và củ cải đường thái lát. Rưới nước sốt sữa chua ngò rí và rắc hạt mè lên trên.

96. Bát đậu và nấm tẩm gia vị

Dành cho 4 người

Thành phần:

- 1 cốc (175 g) hạt diêm mạch, rửa sạch
- 2 cốc (470 ml) nước
- Muối Kosher và hạt tiêu đen xay tươi
- 1 củ hành tây đỏ vừa, thái nhỏ
- 1 cây bông cải xanh, cắt thành từng nhánh
- 4 thìa canh (60 ml) dầu bơ hoặc dầu ô liu nguyên chất, chia đều
- 4 ounce (115 g) nấm cremini, cắt thành bốn
- 4 ounce (115 g) nấm hương, bỏ cuống và thái lát
- 1 tép tỏi, băm nhỏ
- 3 cốc đậu bơ, để ráo và rửa sạch
- 2 thìa cà phê (4 g) za'atar
- ½ thìa cà phê hạt tiêu Aleppo
- Sốt ớt đỏ rang
- Hạnh nhân cắt nhỏ

Hướng dẫn:

a) Làm nóng lò ở nhiệt độ 400°F (200°C hoặc mức gas 6).
b) Trộn hạt diêm mạch, nước và một chút muối trong một chiếc chảo vừa. Đun sôi, sau đó giảm lửa và nấu không đậy nắp cho đến khi mềm, khoảng 15 phút.
c) Nhấc khỏi bếp, đậy nắp và hấp trong khoảng 5 phút.
d) Trong khi đó, xếp hành tây và bông cải xanh lên khay nướng có viền. Rưới 2 thìa canh (30 ml) dầu ăn, nêm muối và hạt

tiêu, khuấy đều. Rang trong 20 phút, khuấy một lần sau nửa thời gian.

e) Đun nóng 1 thìa canh (15 ml) dầu trong chảo ở mức lửa vừa. Thêm nấm vào, nêm muối và hạt tiêu, xào cho đến khi nấm chuyển sang màu nâu và mềm, khoảng 8 phút. Cho tỏi vào đảo đều và nấu thêm 2 phút nữa. Chuyển nấm vào đĩa.

f) Đun nóng 1 thìa canh (15 ml) dầu còn lại trong cùng một chảo. Thêm đậu vào, dàn đều thành một lớp và nấu cho đến khi đáy đậu có màu nâu nhạt, khoảng 3 phút. Nêm gia vị za'atar, hạt tiêu Aleppo và muối, khuấy đều. Nấu thêm khoảng 5 phút nữa, cho đến khi đậu phồng rộp ở tất cả các mặt.

g) Khi dùng, chia hạt quinoa vào bát. Phủ lên trên hành tây nướng, bông cải xanh, nấm và đậu. Rưới thêm nước sốt ớt đỏ rang và rắc hạnh nhân lên trên.

97. Bát khoai lang Chipotle

Dành cho 4 người

Thành phần:

- $\frac{1}{2}$ cốc (120 ml) giấm trắng
- $2\frac{1}{2}$ cốc (590 ml) cộng với 2 thìa canh (30 ml) nước, chia đều
- Muối Kosher và hạt tiêu đen xay tươi
- $\frac{1}{2}$ cốc (80 g) hành tây đỏ thái mỏng
- 2 củ khoai lang lớn (hoặc 3 củ vừa)
- 1 thìa canh (15 ml) dầu bơ hoặc dầu ô liu nguyên chất
- 1 thìa canh (6 g) bột ớt chipotle
- 2 thìa cà phê (4 g) thìa là xay, chia đều
- 1 cốc (175 g) hạt diêm mạch, rửa sạch
- 2 muỗng canh (30 ml) tươi
- nước cốt chanh vắt
- $1\frac{1}{2}$ cốc (300 g) hoặc 1 (15 ounce, hoặc 420 g) hộp đậu đen, để ráo và rửa sạch
- 1 cốc (120 g) hạt ngô
- 4 cốc (120 g) rau bina non
- 1 quả bơ, gọt vỏ, bỏ hạt và thái lát mỏng
- Sốt Chimichurri
- 2 cây hành lá, thái mỏng

Hướng dẫn:

a) Làm nóng lò ở nhiệt độ 400°F (200°C hoặc mức gas 6).

b) Đun sôi giấm, $\frac{1}{2}$ cốc (120 ml) nước và $\frac{1}{2}$ thìa cà phê muối trong một chiếc chảo nhỏ, khuấy đều cho muối tan. Cho hành tây vào bát nhỏ và đổ nước nóng lên trên; để riêng.

c) Gọt vỏ và cắt đôi khoai tây theo chiều dọc, sau đó cắt thành lát dày $\frac{1}{2}$ inch (1,3 cm). Trộn khoai lang với dầu, bột ớt chipotle, 1 thìa cà phê (2 g) thìa là, muối và hạt tiêu. Trải đều thành một lớp trên khay nướng có viền. Rang cho đến khi thịt mềm và chuyển sang màu nâu ở các cạnh, khoảng 25 phút, lật một lần sau nửa thời gian.

d) Trong khi đó, trộn hạt diêm mạch, 2 cốc (470 ml) nước và một nhúm muối vừa trong một chiếc chảo vừa. Đun sôi, sau đó đậy nắp, giảm lửa xuống mức thấp và đun liu riu cho đến khi mềm, khoảng 15 phút. Nhấc ra khỏi bếp và hấp trong khi đậy nắp trong khoảng 5 phút. Khuấy đều nước cốt chanh.

e) Cho đậu, ngô, 2 thìa canh (30 ml) nước còn lại, 1 thìa cà phê (2 g) thìa là còn lại và một chút muối vào một chiếc chảo vừa. Đun, khuấy đều thỉnh thoảng, cho đến khi nóng đều, từ 3 đến 5 phút.

f) Chắt hết nước trong hành tây. Khi dùng, chia rau bina và hạt diêm mạch vào bát. Phủ lên trên là khoai lang, hỗn hợp đậu đen-ngô, hành tây đỏ ngâm và quả bơ. Rưới nước sốt Chimichurri và rắc hành lá lên trên.

98. Bát hạnh nhân-quinoa và cá hồi

Dành cho 4 người

Thành phần:

- 1 cốc (175 g) hạt diêm mạch, rửa sạch
- 2 cốc (470 ml) nước
- Muối Kosher và hạt tiêu đen xay tươi
- $2\frac{1}{2}$ thìa canh (37 ml) dầu bơ hoặc dầu ô liu nguyên chất, chia đều
- $\frac{1}{4}$ cốc (36 g) hạnh nhân rang băm nhỏ, thêm nhiều hơn để phủ lên trên
- 4 miếng phi lê cá hồi (4 đến 6 ounce, 115 đến 168 g)
- 12 bó bông cải xanh
- 2 củ cải đường lớn, gọt vỏ và thái lát mỏng
- 2 cốc (40 g) rau arugula
- $\frac{3}{4}$ cốc (180 ml) Ớt chuông đỏ rang
- Nước xốt

Hướng dẫn:

a) Trộn hạt diêm mạch, nước và một chút muối trong một chiếc chảo vừa. Đun sôi, sau đó giảm lửa và nấu không đậy nắp cho đến khi mềm, khoảng 15 phút.

b) Nhấc khỏi bếp, đậy nắp và hấp trong khoảng 5 phút. Dùng nĩa đánh tơi hạt quinoa, sau đó cho $\frac{1}{2}$ thìa canh (7 ml) dầu và hạnh nhân vào khuấy đều.

c) Đặt vỉ nướng cách nồi hơi khoảng 6 inch (15 cm) và bật lò ở chế độ nướng.

d) Xếp cá hồi sang một bên của khay nướng có viền, mặt da hướng xuống dưới. Quét nhẹ 1 thìa canh (15 ml) dầu ăn và nêm muối, tiêu. Trộn bông cải xanh với 1 thìa canh (15 ml) dầu còn lại, muối và hạt tiêu.

e) Trải đều bông cải xanh thành một lớp ở mặt bên kia của khay nướng. Nướng cho đến khi cá hồi chín và dễ tách ra, từ 6 đến 8 phút, tùy thuộc vào độ dày.

f) Khi dùng, chia hạt quinoa vào bát. Phủ lên trên là cá hồi, bông cải xanh, củ cải đường và rau arugula. Rưới thêm nước sốt ớt đỏ rang và rắc hạnh nhân lên trên.

99. Bát cá hồi siêu thực phẩm

Dành cho 4 người

Thành phần:

- 1 củ khoai lang lớn, gọt vỏ và thái thành từng khoanh dày $\frac{1}{2}$ inch (1,3 cm)
- 1 thìa canh (15 ml) dầu bơ hoặc dầu ô liu nguyên chất, thêm nhiều hơn cho cá hồi
- Muối Kosher và hạt tiêu đen xay tươi
- 4 miếng phi lê cá hồi (4 đến 6 ounce, 115 đến 168 g)
- 1 cốc (175 g) hạt diêm mạch, rửa sạch
- 2 cốc (470 ml) nước
- 2 cốc đóng gói (140 g) cắt nhỏ
- Cải xoăn Tuscan
- 2 thìa cà phê (10 ml) giấm táo
- 2 củ cải đường lớn, gọt vỏ và thái nhỏ
- 2 quả bơ, gọt vỏ, bỏ hạt và thái lát mỏng
- 1 cốc (50 g) mầm hướng dương
- Quả óc chó rang
- Sốt Tahini chanh

Hướng dẫn:

a) Làm nóng lò ở nhiệt độ 425°F (220°C hoặc mức gas 7).

b) Trộn đều các miếng khoai lang với dầu, muối và hạt tiêu. Xếp thành một lớp duy nhất ở một mặt của khay nướng có viền và nướng trong 10 phút. Lấy khay nướng ra khỏi lò và lật khoai tây lại. Cho cá hồi vào khay nướng, mặt da hướng xuống dưới, phết một lớp dầu mỏng và nêm muối, hạt tiêu. Nướng cho đến khi cá hồi chín và dễ tách ra, từ 8 đến 12 phút tùy theo độ dày.

c) Trong khi đó, trộn hạt diêm mạch, nước và một chút muối trong một chiếc chảo vừa. Đun sôi, sau đó đậy nắp, giảm lửa xuống mức thấp và đun liu riu cho đến khi mềm, khoảng 15 phút. Nhấc nồi ra khỏi bếp, cho cải xoăn và giấm táo vào khuấy đều, đậy nắp và hấp trong khoảng 5 phút.

d) Khi dùng, chia hạt diêm mạch và cải xoăn vào bát. Phủ lên trên là cá hồi, khoai lang, củ cải đường, quả bơ, giá đỗ và quả óc chó.

e) Rưới thêm nước sốt Tahini chanh.

100. Bát gà cà ri xanh và hạt diêm mạch

Dành cho 4 người

Thành phần:

- 1 cốc (175 g) hạt diêm mạch, rửa sạch
- 2 cốc (470 ml) nước
- Muối Kosher và hạt tiêu đen xay tươi
- 2 thìa canh (28 g) dầu dừa, chia đều
- 1 pound (455 g) ức gà không xương, không da, đập dập thành $\frac{1}{2}$ inch
- (1,3 cm) dày
- 2 tép tỏi, băm nhỏ
- 1$\frac{1}{2}$ thìa canh (9 g) gừng tươi băm nhỏ
- 2 thìa canh (30 g) bột cà ri xanh Thái Lan
- 2 củ khoai lang vừa, gọt vỏ và cắt thành khối vuông 1 inch (2,5 cm)
- 1 (14 ounce, hoặc 392 g) lon nước cốt dừa không đường
- 1$\frac{1}{2}$ cốc (355 ml) nước dùng rau hoặc gà
- 1 quả chanh, bỏ vỏ, sau đó cắt thành từng miếng
- 2 thìa cà phê (10 ml) tamari
- 3 cốc (210 g) cải cầu vồng cắt nhỏ
- 1 quả ớt chuông đỏ, bỏ lõi và thái lát mỏng
- 1 cốc (70 g) bắp cải đỏ thái nhỏ
- Lá rau mùi tươi
- Lá húng quế Thái tươi

Hướng dẫn:

a) Trộn hạt diêm mạch, nước và một chút muối trong một chiếc chảo vừa. Đun sôi, sau đó đậy nắp, giảm lửa xuống mức thấp và đun liu riu cho đến khi mềm, khoảng 15 phút. Nhấc ra khỏi bếp, đậy nắp và hấp trong khoảng 5 phút.

b) Trong khi đó, đun nóng 1 thìa canh (14 g) dầu dừa trong nồi gang ở mức lửa vừa cao. Rắc đều muối và hạt tiêu lên cả hai mặt thịt gà. Cho thịt gà vào chảo và nấu liên tục cho đến khi đáy chảo có màu nâu, khoảng 4 đến 5 phút.

c) Lật gà. Áp chảo mặt còn lại cho đến khi vàng đều, thêm 4 đến 5 phút nữa. Chuyển thịt gà sang thớt và thái lát khi thịt đã nguội đủ để cầm được.

d) Đun nóng 1 thìa canh (14 g) dầu dừa còn lại trong cùng một nồi ở mức lửa vừa. Thêm tỏi và gừng vào, nấu cho đến khi thơm, khoảng 30 giây. Khuấy đều hỗn hợp cà ri và nấu thêm 1 phút nữa.

e) Cho khoai lang, nước cốt dừa, nước dùng và vỏ chanh vào khuấy đều, nêm muối và hạt tiêu. Đun sôi, sau đó giảm lửa xuống mức thấp và đun liu riu cho đến khi khoai lang mềm, khoảng 15 đến 20 phút. Nhấc khỏi bếp và khuấy đều với nước tương.

f) Khi dùng, chia hạt diêm mạch và cải cầu vồng vào bát. Phủ lên trên là thịt gà, ớt đỏ, bắp cải và khoai lang.

g) Múc nước sốt cà ri lên trên cùng, trang trí bằng các loại thảo mộc tươi và một ít nước cốt chanh.

PHẦN KẾT LUẬN

Lượng nghiên cứu về hạt diêm mạch đã tăng lên đáng kể trong những năm qua, một phần là do sự cường điệu, nhưng phần lớn là do những lợi ích sức khỏe ngày càng được công nhận của loại hạt này. Loại ngũ cốc giả giàu chất dinh dưỡng này được đề xuất có tác dụng làm giảm nguy cơ mắc một số bệnh và cung cấp nguồn protein thay thế lý tưởng cho chế độ ăn không chứa gluten.

Các loại ngũ cốc nguyên hạt như hạt diêm mạch được coi là có tác dụng phòng ngừa một số loại ung thư do có hàm lượng chất xơ cao. Một nghiên cứu từ Tạp chí Dinh dưỡng cho thấy chất xơ trong ngũ cốc nguyên hạt có thể giúp giảm LDL hay cholesterol "xấu", tăng cường sức khỏe tiêu hóa và có khả năng giảm nguy cơ mắc một số bệnh ung thư đường tiêu hóa, chẳng hạn như ung thư ruột kết.

www.ingramcontent.com/pod-product-compliance
Lightning Source LLC
LaVergne TN
LVHW011312061026
849535LV00005B/1524